# பஞ்சமி

மோகன் ராஜ்

aelay
publish

**பஞ்சமி**

கதை

ஆசிரியர் : மோகன் ராஜ் ©

முதல் பதிப்பு : ஆகஸ்ட் 2022

வெளியீடு : ஏலே பதிப்பகம்

5/175, பாத்திமா நகர், கூத்தென்குழி,

திருநெல்வேலி - 627104

தொடர்புக்கு : +91 9944992571

**Panchami**

Story

by Mohanraj ©

First Edition : August 2022

**ISBN : 978-93-5533-461-9**

Aelay Publish

Contact :  +91  9944992571

Designed by : Aelay publish team

# சமர்ப்பணம்

ஒவ்வொரு மகனுக்கும், மகளுக்கும் முதன் முதலில் அவர்களுக்கு வெளியுலக ஞானத்தையும், அரசியல் அறிவையும் சிறு சிறு கதை வாயிலாக அறிமுகபடுத்துவது அவர்களுடைய தந்தையே!!

இப்படி உங்களைப்போலவே என் தந்தையிடமும் சிறு சிறு கதைகள் கேட்டு வளர்ந்தவன் தான் நானும்!!

பள்ளிக்கு செல்லும் முன்னரே எனக்கு மாவீரன் நெப்போலியனையும், அறிஞர் அண்ணாவையும் அறிமுகப்படுத்தியவர் என் தந்தை. அந்த சிறு வயதில் இவர்கள் இருவரும் என் அப்பாவின் தூரத்து நண்பர்கள் என நினைத்த காலமும் உண்டு.

பின் பள்ளிக்கு சென்ற பின்னர் தான் தெரிந்தது மாவீரன் நெப்போலியன், அறிஞர் அண்ணா இருவரும் வரலாற்று நாயகர்கள் என்று. அவர்கள் குறித்த பாடப்பகுதியை படிக்கையில் என் தந்தை குறித்த ஞாபகங்கள் தான் கண்முன் வந்து போனது.

சிறுவயதிலிருந்தே வரலாற்று கதைகளை கேட்டு, படித்து வளர்ந்ததாலோ என்னவோ வரலாறு மீது ஒரு தனிப்பட்ட ஆர்வம் ஏற்பட்டது.

அந்த ஆர்வம் தான் என்னை இந்த கதைப்பகுதியை எழுத வைத்து, இன்று உங்கள் கைகளில் புத்தகமாய் தவழ வைத்திருக்கிறது..

இப்புத்தகத்தை இன்று ஏந்தி படிக்க என் தந்தை இல்லாமல் போனாலும், அவர் சொல்லிய கதைகளும், கருத்துகளும் இன்றும் என் காதில் ஒலித்துக்கொண்டே தான் இருக்கிறது.

என்னுடைய இந்த முதல் கதைப் பகுதி புத்தகமான **"பஞ்சமி"** யை என் தந்தை **திரு. ஜெ.சதானந்தம்** அவர்களுக்கு அவருடைய சிறு வயது பாலகனாகவே நான் சமர்பிக்கிறேன்!!


**அன்புடன்,**
மோகன்ராஜ்

# முன்னுரை

*முதல் வணக்கம்!*

கடந்த *2019* ஆம் ஆண்டு, **பிரதிலிபி (Pratilipi)** என்னும் தளத்தில் அறிமுக எழுத்தாளனாய் இந்த கதையை ஒரு குறுநாவலாக எழுதி இருந்தேன். அந்த தளத்தின் வாசகர்கள் அளித்த ஆதரவால் தற்போது இக்கதையை புத்தகமாக வெளியிடுகிறேன்.

இதற்கு உறுதுணையாக இருந்த **Dr. Elsi Julz** அவர்களுக்கும் , **பிரதிலிபி வாசகர்கள்** அனைவருக்கும் எனது நெஞ்சார்ந்த நன்றிகள்.

இந்த பஞ்சமி கதைப்பகுதி, *18* ஆம் நூற்றாண்டின் இறுதியில் தமிழகத்தில் ( அன்றைய சென்னை மாகாணத்தில் ) நடந்த சில உண்மை சம்பவங்களை அடிப்படையாய் வைத்து எழுதப்பட்ட ஒரு கற்பனை கதையாகும்.

தமிழ் நாவல் கதைகளின் உலகில் தற்போது மிகப்பெரும் ஜாம்பவான்கள் கோலோச்சிக் கொண்டிருக்கும் வேளையில், நானும் ஒரு சிறு துளியாய் என்னுடைய முதல் புத்தகத்தை வெளியிடுகிறேன், தவறுகள் இருப்பின் மன்னித்து கடந்து செல்லுங்கள்....

---

# அத்தியாயம் - 1

கி.பி 1908 ஆம் ஆண்டு நடைபெற்றுக் கொண்டிருந்தது.

பிரிட்டிஷ் அரசாங்கத்தின் கீழ் இந்தியா அடிமைப்பட்டிருந்த காலம்.

பல சமய நம்பிக்கைகளும், சாதிய ஏற்றத்தாழ்வுகளும், திகிலூட்டும் கிராமப்புற கதைகளும் நிரம்பியிருந்த காலம்.

அப்படி ஓர் அமானுஷ்ய கதையும், அதையொட்டிய சம்பவங்களும் ஒரு ஊரை கிட்டத்தட்ட 13 வருடங்களாக ஆட்கொண்டிருந்தது.

1500 குடும்பங்கள் வசித்து வந்த அவ்வூரில் தற்போது வெறும் 300 குடும்பங்களே வசித்து வந்தது. ஏறக்குறைய மூன்றில் 2 பங்கு மக்கள் அவ்வூரைவிட்டு வெளியேறி இருந்தனர்.

ஆம், அவ்வூர் **'நாகலாபுரம்'**

ஒரு காலத்தில் நாகலாபுரம் தஞ்சையை ஆண்ட சோழ மன்னர்களது நேரடி கட்டுப்பாட்டில் இருந்து வந்தது. மாதம் மும்மாரி மழை பெய்து செழித்த பூமியாய் காட்சியளித்ததால் இங்கு விவசாயமே பிரதான தொழிலாய் இருந்தது.

அரச குடும்பத்தினரின் தொடர் வருகைகளால், அவர்கள் தங்குவதற்காகவே விவசாய நிலங்களுக்கு அருகிலேயே சற்று தள்ளி கலைநயத்துடன் கூடிய அழகான மிகப்பெரிய வீடு ஒன்று கட்டப்பட்டது.

பின்னர் சோழ சாம்ராஜ்யத்தின் வீழ்ச்சிக்கு பின் பலரது கைகளுக்கு மாறிய நாகலாபுரம், கடைசியாக தற்போது ஜமீன்தார்கள் கைவசம் வந்து சேர்ந்திருந்தது.

அந்த சோழ அரச குடும்பத்தின் வீடு, ஜமீன்தார்களின் பரம்பரை வீடாகவே மாறிப் போனது.

இவ்வளவு பெரிய வரலாறு கொண்ட நாகலாபுரம், தற்போது அவ்வூர் ஜமீன் குடும்பத்தினரே ஊருக்குள் நுழைய அச்சப்படும் வகையில் நிலைமை மாறிப்போய் இருந்தது.

இதற்கு காரணம் "பஞ்சமி வீடு"

ஆம், சோழ அரச குடும்பத்தின் வீடாகவும், நாகலாபுரம் ஜமீன்தார்களின் பரம்பரை வீடாகவும் இருந்த அதே வீடு தான், தற்போது பஞ்சமி வீடாய் மாறி பதற வைத்துக் கொண்டிருந்தது.

பஞ்சமி என்னும் ஒரு பெண்ணின் இறப்பும், அதனை தொடர்ந்து நடந்த சில அமானுஷ்ய சம்பவங்களும் நாகலாபுரம் ஜமீன் குடும்பத்தை அலற வைத்து ஊரை விட்டு வெளியேற்றியது.

அவ்வீட்டின் முன் கதவும், பின் கதவும் மூடப்பட்டு அக்கதவுகளில் பல மாந்திரீகர்களை கொண்டு பூஜித்த மந்திர முடிச்சுகள் கொண்ட பல கயிறுகள் கட்டப்பட்டது.

இதற்கு பின் தான் பதட்டம் அதிகரித்தது.

அனைத்து வாசல் கதவுகளும் பூட்டப்பட்டு யாரும் உள்நுழையவே முடியாத நிலையில் இருக்கும், அவ்வீட்டின் மேல்தளத்தில் அமைந்திருக்கும் ஒரு குறிப்பிட்ட அறையில் 15 தினங்களுக்கு ஒரு முறை இரவில் மட்டும் ஒரு விளக்கு தானாய் எரிய ஆரம்பித்தது.

அவ்விளக்கின் வெளிச்சமானது அந்த அறையின் மூடி இருக்கும் ஜன்னல் கண்ணாடிகளில் பட்டு மிகப் பிரகாசமாய் எதிரொலித்தது.

இருள் சூழ்ந்த விவசாய நிலத்திற்கு அருகில் இருக்கும் வீடு என்பதால் அந்த அறையின் வெளிச்சம் அருகில் இருக்கும் மக்களின் குடியிருப்புகளுக்கும் தெளிவாய் தெரிந்தது. அந்நாட்களின் இரவுகளில் மட்டும் மக்கள் எவரும் வீட்டை விட்டு வெளி வருவதில்லை.

அந்த வீட்டில் இறந்து போன பஞ்சமி, இன்னமும் ஆவியாக அவ்வீட்டில் அலைந்து கொண்டிருப்பதாகவும், அந்த விளக்கை ஏற்றுவது பஞ்சமி தான் எனவும், தன் இறப்பிற்கு பழி தீர்ப்பதற்காக அவ்வீட்டில் இன்னமும் காத்துக்கொண்டிருப்பதாக நாகலாபுரம் மக்கள் ஆணித்தரமாக நம்பினர்.

இதற்கு காரணமும் இல்லாமல் இல்லை.

விளக்கு எரியும் தினங்கள் அனைத்தும் பஞ்சமி தினமே!

15 தினங்களுக்கு ஒருமுறை வரும் பஞ்சமி தினத்தின் இரவுகளில் தான் விளக்கு தானாய் எரியும்.

மேலும் அவ்வீட்டில் இறந்த பஞ்சமியின் பிறந்த தினம் அமாவாசை கழித்து ஐந்தாம் நாளாய் வரும் **வளர்பிறை பஞ்சமி** தினம், அவள் கொல்லப்பட்ட தினம் பௌர்ணமிக்கு ஐந்தாம் நாளாய் வரும் **தேய்பிறை பஞ்சமி** தினம்.

இந்த இரண்டு தினங்களில் மட்டும் உள் இருக்கும் ஓர் விளக்கு தானாய் எரிந்ததால் அவ்வூர் ஜமீன்தாரையும், மக்களையும் பதற வைத்தது
அந்த 'பஞ்சமி வீடு'.

அவ்வூர் ஜமீன்தார் குடும்பத்தினர் மாலை 6 மணிக்கு மேல் நாகலாபுரத்தில் தங்குவதில்லை.

தற்போதைய ஜமீன் வாரிசான சொக்கலிங்கத்திற்கு தன்னுடைய பரம்பரை வீடான 'பஞ்சமி வீட்டை' எப்படியாவது மீட்க வேண்டுமென குறியாய் இருந்தான்.

அதற்கான சந்தர்ப்பத்தையும் எதிர்நோக்கி காத்திருந்தான்....!

# அத்தியாயம் - 2

இற்போது நாகலாபுரத்தில் வசிக்கும் பெரும்பாலான குடும்பங்கள் ஜமீன்தாரின் நிலங்களில் வேலை பார்ப்பதற்காக கட்டாயப்படுத்தி அவ்வூரில் தங்க வைக்கப்பட்டிருந்தனர்.

அவர்கள் அக்காலத்தில் தாழ்த்தப்பட்ட ஒரு குறிப்பிட்ட இனத்தைச் சேர்ந்தவர்கள் என்பதால் ஜமீன்தார்களின் அடக்குமுறைக்கு ஆளாகி இருந்தனர்.

நிதிலன் குடும்பமும் ஜமீன் குடும்பத்திடம் அடிமைப்பட்டிருந்தது. எப்படியாவது நாகலாபுரத்தை விட்டு வெளியேற வேண்டும் என்பதே நிதிலனின் எண்ணமாகவும் இருந்தது.

நிதிலன் விடலை பருவம் முடியும் தருவாயில் இருக்கும் இளைஞன். அவ்வூரில் இருக்கும் மற்ற இளைஞர்களிடம்

இல்லாத கோபமும், ஆக்ரோஷமும் அவனிடம் அதிகமாகவே காணப்பட்டது.

அவனது எண்ணத்தை நண்பர்களிடம் வெளிப்படுத்தினான்.

"டேய் நிதிலா இதெல்லாம் நமக்கு சரிப்பட்டு வராதுடா, நாம எவ்ளோ வருஷமா இவங்க கிட்ட அடிமைபட்டிருக்கோம்னு கேட்டா எங்க அப்பாவே சரியா தெரியலனு சொல்றாரு"

மேலும் தொடர்ந்தான்,

"நம்மளால இங்க எதையும் மாத்த முடியாதுடா, அப்படி வழி இருந்திருந்தா நமக்கு முன்னாடி இருந்தவங்க இதையெல்லாம் மாத்தி இருக்க மாட்டாங்களா??" என்றான் நண்பன் தயாளன்.

இதனை கேட்ட நிதிலன் வெகுண்டெழுந்தான்,

"அப்போ நாளைக்கு உன்னோட குழந்தையும் பொறக்கும் போதே, இவனுங்களுக்கு அடிமையா தான் பொறக்கனுமா?? இன்னைக்கு நீ உன் அப்பா கிட்ட கேட்ட இதே கேள்விய, நாளைக்கு உன் பையன் வளர்ந்து வந்து உன் கிட்ட கேட்பான் என்ன பதில் வச்சிருக்க சொல்ல??"
பேச்சில் கோபம் கொந்தளித்தது நிதிலனுக்கு.

"நா கண்டிப்பா ஒருநாள் இந்த நாகலாபுரத்த விட்டு என்னோட அம்மாவ கூட்டிட்டு வெளிய போய்டுவேன், நீங்க எனக்கு உதவி பண்ணா உங்களையும் கூட்டிட்டு போறேன்" என்றான்.

"டேய் நிதிலா, நீ எவ்ளோ தூரம் போனாலும், உன்ன அவங்க கண்டுபிடிச்சு மறுபடியும் இங்க கூட்டிட்டு

வந்துடுவாங்க, அதோட தண்டனையும் ரொம்ப அதிகமாக்கிடுவாங்க, இதுக்கு முன்னாடி இப்படி ஓடி போனவங்களுக்கு என்ன நடந்துசுன்னு உனக்கு தெரியாதா?? ஜமீன் ஆளுங்க ரொம்ப பெரியவங்க, அவங்கள பகைச்சுட்டு எங்கயும் போக முடியாது, அந்த ஜமீன்தாரே பார்த்து பயப்படுறதுனா அந்த **'பஞ்சமி வீடு'** ஒன்னு தான் , வேணும்ன்னா அந்த வீட்டுகுள்ள போய் **"பஞ்சமி"** ஆவி கிட்ட உதவி கேளு, செய்யுதான்னு பார்ப்போம் எங்கள எதிர்பார்க்காத, வாங்கடா போய் வேலைய பார்ப்போம் " என கூட்டத்தை கலைத்தான் குமரன்.

"நா நினைக்கறத நடத்தி காட்றேன் பாருங்கடா"
என சத்தமாய் கத்தினான்.

நிதிலனின் இந்த வார்த்தைகள் அவனது நண்பர்களின் செவிகளுக்கு எட்டியும் பலனில்லாமல் போனது.

நிதிலனுக்கு அவனது சிறுவயது நினைவுகள் கண்முன் வந்து பளிச்சிட்டது.

நிதிலனின் சிறுவயதில் அவனது தந்தை அவனுக்கு வீரதீர கதைகளை கூறி அவனை வளர்த்து வந்தார்.

நிதிலன் அக்கதைகளை கேட்கும் போதெல்லாம் அந்த கதையின் நாயகனாக தனது தந்தையையே பாவித்துக் கொண்டான்.

சில நாட்கள்  **அர்ஜுனனாக,**
**கர்ணனாக,**
**கிருஷ்ணனாக,**
**இராமனாக,**

### *அனுமனாக,*
### *பீமனாக*

தன் தந்தையை கண்டான்.

ஒருநாள்...

நிலத்தில் வேலை பார்த்து கொண்டிருக்கும் போது, அங்கு வந்த ஜமீன்தார் ஏதோ ஒரு தவறுக்காக அவனது தந்தையை பல பேர் முன்னிலையில் கன்னத்தில் ஓங்கி அறைய, அறை வந்த வேகத்தில் நிலத்தில் சரிந்து வீழ்ந்தார் அவனது தந்தை.

அப்போதும் ஆத்திரம் குறையாத ஜமீன்தார் அவரை தனது செருப்புகள் அணிந்த கால்களால் போட்டு மிதிக்க, கூடவே ஜமீன்தாரின் ஆட்களும் சேர்ந்து தாக்கினர்.

அடி தாங்க முடியாமல் வலியில் கதறினார் அவனது தந்தை.

இவை அனைத்தும் நிதிலன் கண்முன் நடந்தேறியது.

அதிர்ச்சியில் உறைந்தே போனான் அவன்...

தந்தையை கர்ணனாக, பீமனாக நினைத்த நிதிலனுக்கு தன் கண்முன் நடந்த சம்பவம் மனதை வெகு ஆழமாய் பாதித்தது.

அப்போதுதான் தான் இருக்கும் சூழ்நிலை குறித்து தெளிவாக புரிய ஆரம்பித்தது நிதிலனுக்கு. அன்றிலிருந்து அவனுக்கு ஜமீன் மீது வெறுப்பும், கோபமும் நாளுக்கு நாள் அதிகமாகி கொண்டே போனது.

பலத்த அடியால் பாதிக்கப்பட்ட அவரது தந்தை நோய்வாய்ப்பட்டு சில மாதங்கள் கழித்து இறந்தே போனார்.

தந்தையின் இறப்பிற்கு பின் தாயுடன் நாகலாபுரத்தை விட்டு வெளியேறுவதையே லட்சியமாக கொண்டான் நிதிலன்.

சரியான தருணத்திற்காக அவனும் காத்திருந்தான்...

### (நிதிலன் - ஜமீன் - பஞ்சமி)

# அத்தியாயம் - 3

அன்று பஞ்சமி தினம்!

நிலத்தில் அறுவடை நடந்து கொண்டிருந்தது.

சோழர்கள் காலத்தில் மாதம் மும்மாரி மழை பெய்த பருவநிலை மாறி, தற்போது வருடத்திற்கு மும்மாரியாய் மழையளவு சுருங்கி இருந்தது.

அனைவரும் நிலத்தில் மும்முரமாய் வேலை பார்த்துக் கொண்டிருந்தனர்.

மதிய வேளை நெருங்கி இருந்தது.

மதிய உணவிற்காக நிலத்தில் இருந்து ஒவ்வொருவராய் வெளியேறி அருகில் இருந்த பெரிய ஆலமரத்தின் அடியில் அமர ஆரம்பித்தனர்.

கூட்டத்தில் நிதிலனும் அவனது அம்மா அஞ்சுகமும் அமர்ந்திருந்தனர்.

அங்கிருந்து கண்ணுக்கு எட்டிய தொலைவில் தான் இருந்தது
**"பஞ்சமி வீடு"**

"இன்னைக்கு **வளர்பிறை பஞ்சமி** நாளு, சட்டுபுட்டுனு
வேலைய முடிச்சிட்டு சீக்கிரம் கிளம்பிறனும், என்ன
புரிஞ்சுதா மக்கா???"

என கூட்டத்தை எச்சரித்தார் பெரியவர் சதாசிவம்.

"சரிங்கய்யா" என கூட்டத்தில் இருந்த அனைவரும் ஒருசேர
ஆமோதித்தனர்.

அவரது வார்த்தைக்கு இங்கு எப்போதும் மறுவார்த்தை
இல்லை.

நிதிலன் ஒரு கணம் திரும்பி பஞ்சமி வீட்டை ஆயிரம்
கேள்விகளோடு பார்த்தான்.

இதனை கவனித்த பெரியவர்,

"ஏண்டா நிதிலா, உனக்கு என்ன அங்க பார்வை வேண்டி
கிடக்கு, போய் கிணத்துல இருந்து தண்ணி எடுத்துட்டு வா
கிளம்பு " என ஆணையிட்டார் .

"சரிங்கய்யா" என மண்பானையை எடுத்துக்கொண்டு
கிளம்பினான்.

அங்கிருந்து கொஞ்சம் தள்ளி இருந்த கிணற்றை
சென்றடைந்தான்.

மிகப்பெரிய கிணறு அது!

பருவமழை பொய்த்திருந்ததால் அதன் பொலிவிழந்து, தண்ணீர் அதன் அடி மட்டத்தில் ஒட்டிக் கொண்டிருந்தது.

நிதிலன் அதன் பக்கவாட்டு படிகளின் வழியே இறங்க ஆரம்பித்து, கிணற்றின் ஆழத்தை சென்றடைந்தான்.

ஒரு ஓரமாய் அமர்ந்து நீரினுள் பானையை அமிழ்த்தி தண்ணீர் எடுக்க முற்பட்ட போது,

யாரோ தன் பக்கத்தில் இருப்பதை போன்ற உணர்வு தோன்ற சட்டென திரும்பி பார்த்தான்.

சுற்றிமுற்றியும் பார்த்தான்.

அந்த கிணற்றில் அவனை தவிர, வேறு யாரும் இருப்பதற்கான அறிகுறி தென்படவில்லை.

தன்னுடைய பிரமை தான் என எண்ணினான்.

மீண்டும் குனிந்து பானையில் தண்ணீர் எடுக்க முயல,

அப்பொழுது எங்கிருந்தோ வந்த கல் ஒன்று 'தொப்' பென நீருக்குள் வீழ்ந்து அதன் ஆழம் சென்றது.

தூக்கிப்போட்டது நிதிலனுக்கு!

வெடுக்கென நிமிர்ந்து,

கிணற்றின் மேல் பார்த்தான்

---

அங்கு சுட்டெரித்த சூரியனை தவிர வேறெவரும் அவன் கண்ணில் படவில்லை.

"மேல யாரு இருக்கா??? "

அவனது சத்தமான குரல் கிணற்றின் ஆழத்திலிருந்து வெளியே எதிரொலித்தது.

பதில் வரவில்லை.

நீண்ட நேரமாகியும் பதில் வராததால் மெதுவாய் கீழே பார்த்தான்.

அந்த கல் வீழ்ந்த அதிர்ச்சியில் உருவான நீரின் அலைகள் தொடர்ச்சியாய் கிணற்றின் விட்டத்தை தொட்டுக் கொண்டே இருந்தது.

இதைப் போலவே அவனது உள்ளுணர்வும் கிணற்றில் அவனை தவிர வேறு யாரோ இருப்பதை தொடர்ந்து அவனுக்கு உணர்த்திக்கொண்டே இருந்தது .

பானையை நீரினுள் வேகமாய் செலுத்தி தண்ணீரை நிரப்பிக்கொண்டு மேல்நோக்கி படிக்கட்டுகளில் நடக்க ஆரம்பித்தான்.

வேகமாய் கிணற்றிலிருந்து படபடப்புடன் வெளியேறினான்.

நேராக தன் கூட்டத்திற்கு வந்து சேர்ந்தான்.

தண்ணீர் பானையை வைத்துவிட்டு யோசனையில் ஆழ்ந்தான்.

பெரியவர் அவனையே கவனித்தவாறு இருந்தார்.

"என்னடா யோசனை"
பெரியவரின் குரல் கர்ஜ்ஜனையாய் அவனது காதில் விழ

மீண்டும்   தூக்கிபோட்டது நிதிலனுக்கு!

"கேக்குறன் இல்ல, வாய மூடிட்டு இருக்க "
கேள்விக்கணை பாய்ந்தது.

"அய்யா, அது வந்து....... "
பதட்டத்தில் பேச முடியாமல் தடுமாறினான் நிதிலன்.

பின்னர் சுதாரித்துக்கொண்டு பேச ஆரம்பித்தான்.
"கிணத்துல தண்ணி பிடிக்க போனப்போ, அங்க யாரோ
இருக்கற மாதிரி இருந்துசுங்க அய்யா, ஆனா சுத்தி பார்த்தா
யாரும்  கண்ணுக்கு  தென்படல, ஆனா  அங்க  யாரோ
இருக்காங்க, என்னால உணர முடிஞ்சுது"

நிதிலனின் இந்த வார்த்தைகள் கூட்டத்தில் இருந்தவர்களை
பதற்றம் அடைய வைத்தது.

அனைவரும் பெரியவரையே பார்த்தனர்.

சில கணங்கள் அமைதியாய் மிக கனமாக  கடந்தது.

சிறிது யோசனைக்கு பின்,

பெரியவர் எழுந்து நின்று தன் வேட்டியை சரி செய்துவிட்டு,
தன் தலைப்பாகையை கட்டிக்கொண்டே    கூட்டத்தினரை
பார்த்து பேச ஆரம்பித்தார்,

 பஞ்சமி

"எலேய், இந்த பஞ்சமி வேலைய காட்ட ஆரம்பிச்சிட்டா, இனி அந்த கிணத்துகிட்டயோ, இந்த வீடு பக்கத்துலயோ யாரும் போக கூடாது, இது அவளுக்கான நாளு, நாம தான் வேலைய முடிச்சிட்டு சீக்கிரம் இங்கிருந்து கிளம்பனும், போய் வேகமா வேலைய பாருங்கடா "
என அனைவரையும் துரிதப்படுத்தினார்.

அனைவரிடமும் ஒருவித பதட்டம் தொற்றிக்கொண்டது.

மதிய உணவிற்கு பின் அனைவரும் வேகவேகமாய் தங்களது வேலையை முடித்தனர்.

மாலை நெருங்கியது.
கதிரவன் மேற்கில் தன் பணியும் முடித்த களைப்பில் மறைய தொடங்கியிருந்தான்.

அவரவர் வீடுகளுக்கு திரும்ப ஆரம்பித்தனர்.

"விளக்கு எரிய ஆரம்பிச்சதும் வெளிய யாரும் வராதிங்க, விடியர வரைக்கும் வீட்டுக்குள்ளயே இருங்க" என மறுபடியும் நினைவூட்டிக் கொண்டே கூட்டத்தோடு நடந்து சென்றார் பெரியவர்.

இருள் மெல்ல சூழ்ந்தது.

நிதிலனும் அவனது அம்மாவும் வீட்டிற்கு வந்தடைந்தனர்.

வீட்டிற்குள் சென்றதும் கதவை வேகமாக தாழிட்டாள் அஞ்சுகம்.

"உண்மையில அங்க ஏதாச்சும் பாத்தியா டா"
என மகனை விசாரித்தாள் .

"இல்லமா, ஆனா அங்க யாரோ இருக்கர மாதிரியே
இருந்துச்சு, நா யாருன்னு கேட்டேன், ஆனா பதிலே வரல"
என்றான்.

தாய் படபடப்புடன் சென்று , திருநீறு கொண்டு வந்து
அவனது நெற்றியில் இட்டாள்.

"இந்த படுபாவிங்க கிட்ட நாம கஷ்டபடுறது பத்தாம, இந்த
பஞ்சமியும் நம்மள பாடாய்படுத்துறா, கஷ்டபடுரவங்களயே
திரும்ப திரும்ப கஷ்டப்படுத்தி பாக்கரதுல தான் இந்த
கடவுளுக்கும் சந்தோஷம் போல "
என கண் கலங்கிய நிலையில் புலம்பினாள் அஞ்சுகம்.

"அம்மா அதான் ஒன்னும் ஆகலயே, விடுமா" என்றான்.

"இல்லடா உனக்கு ஒன்னும் தெரியாது " என மீண்டும்
புலம்பினாள்.

பேசிக்கொண்டிருக்கும் போதே தூரத்திலிருந்து வந்த
வெளிச்சத்தை குடிசையின் ஜன்னல் வழியே பார்த்தான்
நிதிலன்.

"அம்மா அது வந்துடுச்சு"
பேச்சில் பதட்டத்துடன் ஜன்னலை நோக்கி கை
காட்டினான் நிதிலன்.

அவனது அம்மாவும் திரும்பி அந்த ஜன்னல் வழியே
வெளியே பார்த்தாள்.

பஞ்சமி வீட்டின் மேல்தள அறையில் இருந்து வெளிச்சம் பிரகாசமாய் வெளியே கசிந்து கொண்டிருந்தது.

ஆம் **'பஞ்சமி விளக்கு'** சுடர்விட்டு எரிய தொடங்கியது.

"அவசரத்துல இந்த ஜன்னல சாத்த மறந்துட்டேன்" என வேகமாய் மூடி தாழிட்டாள் அவனது அம்மா.

"அம்மா"

"சொல்லுயா"

"அந்த வீட்ல என்ன தான் நடந்துச்சு?? யாரு இந்த பஞ்சமி? ஏன் இப்படி எல்லாரும் அந்த வீட்ட பாத்து நீங்களும் பயந்து , எங்களையும் பயமுறுத்துறிங்க சொல்லுமா??" என்றான்.

"இதெல்லாம் என் கிட்ட கேட்காதனு எத்தன தடவ உன் கிட்ட சொல்லியிருக்கேன், சாப்டுட்டு தூங்கர வழிய பாரு" என கேள்வியை திசை திருப்பினாள் அம்மா.

வழக்கமாய் நகரும் பதட்டமான இரவு தான் என்றாலும் அவனது மனதை ஏதோ உறுத்தியது.

இரவு சாப்பாடு முடிந்தது.

கண்ணயர்ந்தான் நிதிலன்.

---

"ஜமீன்தாரே பார்த்து பயப்படுறதுனா அந்த 'பஞ்சமி வீடு' தான், வேணும்ன்னா அந்த வீட்டுக்குள்ள போய் பஞ்சமி ஆவி கிட்ட உதவி கேளு! எங்கள எதிர்பார்க்காத "

தூக்கத்திலிருந்து கண் விழித்தான் நிதிலன்.

நண்பன் குமரனது இந்த வார்த்தைகள் அவனை தூங்க விடாமல் என்னவோ செய்தது.

மெல்ல எழுந்து ஜன்னலை திறந்தான்.

வெளியே பஞ்சமி விளக்கின் வெளிச்சம் இருளை துரத்திக் கொண்டிருந்தது.

எப்படியாவது அந்த வீட்டின் ரகசியங்களை யாரிடமாவது நாளை கேட்டு தெரிந்து கொள்ள வேண்டும் என முடிவெடுத்தான்.

ஜன்னலை மீண்டும் தாழிட்டு விட்டு படுத்தான்.

ஆள் அரவமற்ற அந்த குடிசை தெருக்களில் அந்த இரவு நிசப்தமாய் கடந்தது.

# அத்தியாயம் - 4

Uஞ்சமி தினத்தின் மறுநாள்!

காலை விடிந்திருந்தது.

முந்தினம் நடந்த சம்பவங்கள் எதுவும் இன்று நடக்காது என்ற நம்பிக்கையில் நிதிலனும் அவனது அம்மாவும் வேலைக்கு வந்திருந்தனர்.

ஆனால் அங்கு ஆளுயரத்திற்கு வளர்ந்திருந்த கதிர்கள் நிதிலனை அங்கு வரவேண்டாம் என்பது போல காற்றில் இங்கும் அங்குமாய் ஆடி ஏனோ சைகையால் அவனுக்கு உணர்த்திக் கொண்டிருந்தது.

இதை கவனிக்க தவறிய நிதிலன் நிலத்தில் இறங்கினான்.

பஞ்சமி வீட்டின் கதையை எப்படியாவது இன்று மாலை வீடு திரும்புவதற்குள் யாரிடமாவது கேட்டு தெரிந்து கொள்ள வேண்டும் என குறியாய் இருந்தான் நிதிலன்.

அது மட்டுமே அவனது மனதில் ஓடிக் கொண்டிருந்தது.

அன்று அறுவடையின் கடைசி தினம்.

அன்று தான் அவர்களது சம்பள நாளும்.

சம்பளம் (சம்பா + அளம்) என்பது அவர்களது வேலையை பொறுத்து நெல் மற்றும் இதர பயிர் வகைகள் படிக்கணக்கில் வழங்கப்பட்டு வந்தது.

இதை வைத்து தான் அவர்களது வாழ்க்கை ஓடிக்கொண்டிருந்தது.

கடைசி நாள் என்பதால் வேலை சீக்கிரம் முடிந்ததும் போனது.

அப்பொழுது குதிரை வண்டியின் சத்தம் மெல்ல மெல்ல அதிகரித்து அங்கிருந்தவர்களின் கவனத்தை இழுத்தது.

அந்த குதிரை வண்டியிலிருந்து வந்திறங்கினார் ஜமீன் சொக்கன்.

எப்பொழுதும் சம்பளப் படி ஜமீன் குடும்பத்தினரின் கையால் வழங்குவதே வழக்கம்.

இம்முறை சொக்கனே வந்திருந்தார்.

ஜமீனை கண்டதும் இரத்தம் சூடேறியது நிதிலனுக்கு.

பழைய நினைவுகள் அவன் கண்முன் வந்து போனது.

ஒவ்வொரு குடும்பமாய் சம்பள படியை வந்து வாங்க ஆரம்பித்தனர்.

நண்பன் தயாளன் முறை வந்தது.

"அய்யா இவனோட அப்பா இந்த வாரம் முழுக்க வேலைக்கு வரல, இவன் மட்டும் தான் வந்திருக்கான்" என்றார் நில மேற்பார்வையாளர்.

"ஏலேய் உங்கப்பன் வந்து இங்க 2 நாள் வேலை பார்த்துட்டு உன் சம்பளத்தையும் சேர்த்து வாங்கிக்க சொல்லு, இப்போ நீ கிளம்பு" என்றார் ஜமீன்.

"அய்யா அவருக்கு சுத்தமா உடம்புக்கு முடியல, இந்த சம்பள படிய வாங்கிட்டு போய் தான் அவருக்கு கூழோ, கஞ்சியோ ஊத்தனும் இதையும் நிறுத்திட்டா எப்டிங்க அய்யா??"
கெஞ்சினான் தயாளன்.

பளாரென அறை விழுந்தது தயாளனுக்கு.

சொக்கனின் கைரேகைகள் அவனது கன்னத்தில் தெரியுமளவு இருந்தது.

"ஏலேய் நா இங்க சத்திரமா'ல நடத்தரேன்! உங்கப்பன் இன்னும் சாகல இல்ல, உயிரோட தானே இருக்கான். வந்து அவன வேலை பாத்துட்டு வாங்கிக்க சொல்லு, இப்போ ஒழுங்கா போய்டு"
என்றான் சொக்கன்.

தயாளன் அழுதுகொண்டே சிறிது தூரம் சென்று தள்ளி நின்றான்.

---

அடுத்து ஒவ்வொருவராய் வந்து அவர்களது சம்பள படியை வாங்கிக்கொண்டனர்.

நிதிலன் முறை வந்தது.

அவனது தாய் சம்பள படியை வாங்கிக்கொண்டாள்.

அதில் ஒன்றை எடுத்துக் கொண்டு தயாளனை நோக்கி சென்றான் நிதிலன்.

தயாளன் வைத்திருந்த பையில் தன்னுடைய சம்பள படியில் ஒரு பாதியை கொட்டினான்.

கண்ணீர் நனைத்த கண்களோடு இருந்த தயாளன் முகத்தில் சந்தோஷம் பெருக்கெடுத்தது.

ஆனால் இதை கவனித்த சொக்கனுக்கு கோபம் தலைக்கேறியது.

"எலேய், அவனுக்கு படியளக்கற அளவுக்கு நீ பெரிய ஆள் ஆயிட்டயா'ல " கத்தினான் சொக்கன்.

நிதிலன் சொக்கனின் வார்த்தைகளை பொருட்படுத்தவே இல்லை.

சொக்கன் கண்ணசைக்க,

சொக்கனின் அடியாட்களில் ஒருவன் திமிறிக்கொண்டு வேகமாய் சென்று நிதிலனை அடிப்பதற்கு கையை ஓங்க,

அதை தனது இடக்கையால் தடுத்த நிதிலன், தன்னுடைய முழுபலத்தையும் திரட்டி வலக்கையால் அவனது முகத்தில் ஓங்கி பலமாய் தாக்கினான்.

மீண்டும் ஒருமுறை அவனது முகத்தின் தாடையை நோக்கி பலமாய் தாக்கினான்.

அடுத்தடுத்து விழுந்த அடியில் நிலை குலைந்தான் வந்தவன், அவனது தலையை பிடித்து பின்னொக்கி இழுத்துப் வேகமாய் தூக்கி எறிந்தான் நிதிலன்.

போய் சொக்கனின் கால்களில் வீழ்ந்தான் வந்தவன். அடி விழுந்த வேகத்தில் நிலத்தில் சாய்ந்தவன் கடைசி வரை எழுந்திருக்கவேயில்லை.

கண்ணிமைக்கும் நேரத்தில் நடந்த சம்பவங்கள்,

அங்கு சூரியனை விட இரு மடங்கு சுட்டெரித்தது.

களத்தில் வீரனாய் நின்றான் நிதிலன்.

அங்கிருந்த அனைவரும் வாயடைத்துப் போயினர்.

இதனை கண்ட ஜமீன் சொக்கன் கொதித்தெழுந்தான்,

"எலேய்! என் ஆள் மேல் கைவக்குற அளவுக்கு உனக்கு தைரியம் வந்துடுச்சாலே"
என அனல் பறக்க கோவத்தோடு கத்தினான்.

" ஆமா, தைரியம் தான்!"
பதிலுக்கு சீறினான் நிதிலன்.

அங்கு சுற்றி இருந்த மக்கள் அனைவரும் அதிர்ச்சியில் ஒருவரையொருவர் பார்த்துகொண்டனர்.

"உன்ன மாதிரி சாயந்திரம் 6 மணிக்கு மேல இந்த ஊரை விட்டு ஓடிப்போல, நா இங்க தான் இருக்கேன், நா பொறந்த என்னோட பரம்பரை வீட்ல தான் இருக்கேன் , அந்த தைரியம் தான்"
கோபத்தின் உச்சியில் இருந்தான் நிதிலன்.

இம்முறை அவனது வார்த்தைகள் ஒவ்வொன்றும் இடியாய் இறங்கியது சொக்கனுக்கு.

"எலேய்! வார்த்தை எல்லை மீறுது, நா நினைச்சா உன்ன இங்கயே வெட்டி புதைச்சுடுவேன்"
மிரட்டினான் சொக்கன்.

" என்ன கொன்னுட்டு? என்ன பண்ணுவ?? 6 மணி ஆச்சுன்னா மறுபடியும் ஊருக்கு வெளிய போய் பதுங்கிடுவ அதானே,"
ஏளனமாய் சிரித்தான் நிதிலன்.

சுற்றி இருந்த அனைவர் முன்னும் செய்வதறியாது திகைத்துப்போனான் சொக்கன்.

அதிர்ச்சியில் அப்படியே இருக்கையில் அமர்ந்தான்.

"யாருகிட்ட என்னலே பேசற" சொக்கனின் மற்ற அடியாட்கள் அவனை நோக்கி நகர்ந்தனர்.

"அவன விடுங்கலே! அவன் சரியா தான் பேசறான் "
என்றான் சொக்கன்.

பரபரப்பு கூடியது.

தூரத்திலிருந்த தன் பரம்பரை வீடான பஞ்சமி வீட்டை சில
கணங்கள் பார்த்தான் சொக்கன்.

எதையோ தீர்க்கமாக சில வினாடிகள் யோசித்தவன், பின்பு
சுதாரித்துக் கொண்டு பேச ஆரம்பித்தான்.

"எலேய்! ஒத்துகரேன்ல எனக்கு தைரியம் இல்லதான்!"

"நீர்தான் பெரிய சூரனாச்சே! உனக்கு ஒரு வாய்ப்பு தரேன்
உன் பாட்டன், முப்பாட்டன் வாங்குன பூரா கடனையும்
கழிச்சிட்டு இந்த ஊர்ல இருக்கற பாதி நிலத்தை உன்
பேருக்கு எழுதி தரேன்"
என்றான் சொக்கன்.

நிதிலனுக்கு எதுவும் புரியவில்லை.

"அதுக்கு பதிலா நீ ஒன்னேஒன்னு செய், நீ ஒருநாள் அந்த
பஞ்சமி வீட்டுக்குள்ள போகனும், அதுவும் பஞ்சமி விளக்கு
எரியர அன்னைக்கு தான், அந்த இராத்திரி முழுக்க அந்த
வீட்ல தான் நீ இருக்கனும், நீ அங்க வெளிய இருக்கற எந்த
மந்திர முடிச்சையும் கழட்ட கூடாது, வீட்டுக்கு பின்புறமா
இருக்குர ஒரு கதவு வழியா தான் வீட்டுக்குள்ள போகனும்,
விடிஞ்சதுக்கு அப்பறம் தான் நீ வெளிய வரணும், அதுவும்
வெளிய வர அப்போ என் ஐயனோட கைத்தடி அந்த
அறைக்குள்ள தான் இருக்கு, அத எடுத்துட்டு தான் வரணும்,

நீ இதை மட்டும் பண்ணிடு, நா சொன்ன மாதிரியே உனக்கு எல்லாமும் பண்ணிடறேன்!"
என்றான் சாதுர்யமாக.

அனைவரும் அதிர்ந்து போயினர்.

"என்னது பஞ்சமி வீட்டுக்குள்ள போறதா....!!!???"
என சுற்றியிருந்த மக்கள் அதிர்ச்சியுடன் முணுமுணுத்தனர்.

மேலும் தொடர்ந்தான் சொக்கன்,

"ஒருவேளை நீ அந்த வீட்ட விட்டு வெளிய வராம போய்டா, இல்ல இந்த சாவாலுக்கு நீ முடியாதுனு சொன்னாலோ, உன் கடன இப்பவே 5 மடங்கா ஆக்கிடுவேன்! உன்னோட அடுத்த பத்து தலைமுறையும் எங்களுக்கு அடிமையா தான் இருக்கனும்"
என நயவஞ்சகமாய் வலை விரித்தான் சொக்கன்.

தான் சிக்கிக் கொண்டது புரிந்தது நிதிலனுக்கு.

அவனது தாய் சொக்கனிடம் மன்னிப்பு கேட்குமாறு நிதிலனிடம் அழுது புலம்பினாள்.

பெரும் குழப்பமடைந்தான் நிதிலன்.

தன் கண்களை மூடி யோசனையில் ஆழ்ந்தான். எப்பொழுதோ அவனது தந்தை சொன்ன வார்த்தைகள் அவனுக்கு ஞாபகம் வந்தது.

"வாழ்க்கை தரும் வாய்ப்புகளிலிருந்து பின் வாங்குபவன் தான்,
உலகின் மிகப் பெரிய கோழை "

இந்த வார்த்தைகளை நிதிலன், தற்போதைய சூழ்நிலையோடு பொருத்திப் பார்த்து யோசித்தான்.

தந்தையின் வார்த்தைகள் அவனுக்கு தெளிவு தந்தது..

தயக்கம் தீர்ந்தது நிதிலனுக்கு,

சுற்றி இருந்த தன் கூட்டத்தை ஒரு கணம் பார்த்தான்.

தலை நிமிர்ந்து தைரியமாய் பேசினான்.

" சவாலுக்கு நா தயார்"

அனைவரிடமும் பரபரப்பு தீயாய் பற்றிக் கொண்டது.

"சபாஷ்!! இத தான் நானும் எதிர்பார்த்தேன்! கணக்குபுள்ள அந்த பத்திரத்தை தயார் பண்ணிட்டு அவன் கிட்ட கைநாட்டு வாங்கிடுல" என்றான் சொக்கன்.

வேகவேகமாய் பத்திரம் தயார் செய்யப்பட்டது.

அனைவர் முன்னிலையில் ஒப்பந்தம் போடப்பட்டு , இருவரும் ரேகைகளை அதில் பதிவிட்டனர்.

"அடுத்த பஞ்சமி தினத்துக்கு இன்னும் 14 நாள் இருக்குல, அன்னைக்கு சந்திப்போம்"

என்று அங்கிருந்து விடைபெற்றான் சொக்கன்.

அவனது தாய் நிதிலனை அழுது திட்டிக் கொண்டிருந்தாள்.

"உனக்கு எதுக்குடா இந்த வேண்டாத வேலை, வற்றது தேய்பிறை பஞ்சமி நாளு, அந்த பஞ்சமி செத்துப்போன தினம்டா, ரொம்ப உக்கிரமா இருப்பா! உள்ள போய் உனக்கு எதாச்சும் ஆச்சுன்னா, நா என்னடா பன்னுவேன்???"
 என பதறினாள் அஞ்சுகம்.

"அவன் திரும்ப வருவான், அவன திட்டாத!"

என திடீரென ஒரு குரல் எங்கிருந்தோ கேட்டது,

அனைவரும் குரல் வந்த திசையை நோக்கி திரும்பினர்.

பெரியவர் சாதாசிவம் வார்த்தைகள் அவை.

"அய்யா நீங்களுமா? என் பையன் உசுரோட விளையாடுறிங்க"
அஞ்சுகம் பரிதவித்தாள்.

"உன் பையன் சாதாரண ஆள் இல்ல அஞ்சுகம்! நம்ம எல்லாரையும் இவனுங்க கிட்ட இருந்து காப்பாத்த போறவன், நா சொல்றேன் உன் பையன் அந்த பஞ்சமி வீட்ல இருந்து திரும்ப உயிரோட வருவான்"
என்றார் பெரியவர்.

இந்த வார்த்தைகள் நிதிலனுக்கு மனதளவில் பலம் சேர்த்தது.

"உன்னை மாதிரி ஒருத்தன தான் நா 13 வருசமா எதிர்பார்த்துட்டு இருந்தேன், சபாஷ் நிதிலா" என அவனின் இரு தோள்களை பற்றி கம்பீரமாய் பேசினார் பெரியவர்.

சுற்றி இருந்த அனைவரும் எதுவும் புரியாமல் தவித்தனர்.

"நீ அந்த வீட்டுக்குள்ள போகறதுக்கு முன்னாடி அந்த பஞ்சமியோட கதையை தெரிஞ்சுக்கோ! பஞ்சமி யாரு? ஏன் அந்த வீட்ல செத்துப் போனா? அவள கொன்னவங்க யாரு? இப்போ ஏன் அந்த வீட்ல அவ ஆவியா இருக்கானு எல்லாமே நீ தெரிஞ்சுக்கணும்"
என்றார் பெரியவர்.

இதற்காகவே காத்திருந்த நிதிலனுக்கு ஆர்வம் தலைக்கேறியது.

பஞ்சமியின் கதையை சொல்ல ஆரம்பித்தார் பெரியவர்.

----------------------------------------------------------------

*கவனிக்க:*

*பஞ்சமி*

மாதங்களில் 15 தினங்களுக்கு ஒருமுறை வரும் திதி நாள் "பஞ்சமி"(*சுப தினமே*)

சரியாக **அமாவாசையின் ஐந்தாம் நாள்** மற்றும் **பௌர்ணமியின் ஐந்தாம் நாள்** பஞ்சமி தினங்களே!!

அமாவாசையின் ஐந்தாம் நாள் - **வளர்பிறை பஞ்சமி**

பௌர்ணமியின் ஐந்தாம் நாள் - **தேய்பிறை பஞ்சமி**


*சம்பளம்:*

சம்பளம் - நெல் (சம்பா) + உப்பு (அளத்தில் விளைவது) கொடுத்த வழக்கத்தினால்தான் சம்பளம் என்ற சொல் பிறந்தது என்பர்.


----------------------------------------------------------------

# அத்தியாயம் - 5

**ஊ**ர் பெரியவர் பஞ்சமியின் கதையை நிதிலனிடம் சொல்ல ஆரம்பித்தார்....

30 ஆண்டுகளுக்கு முன் பலதரப்பட்ட மக்களும் வாழ்ந்து வந்த ஊர் நாகலாபுரம். இங்கு வணிகன் கண்ணப்பனுக்கு மகளாகப் பிறந்தாள் **பஞ்சமி**.

**வளர்பிறை பஞ்சமி** தினத்தில் பிறந்ததால் அவளுக்கு **பஞ்சமி** என்றே பெயர் வைத்தனர்.

தாய் சிறுவயதிலேயே இறந்ததால் தந்தையின் அரவணைப்பில் வளர்ந்து வந்தாள்.

சிறுவயது முதலே பஞ்சமியிடம் அழகும் அறிவும் நிறைந்திருந்தது.

சிறுவயதிலேயே நாட்டியம் கற்றுக்கொண்டு அரங்கேற்றமும் செய்தாள். அவ்வூர் திருவிழாக்களில் பஞ்சமியின் நாட்டியம் தவறாமல் இடம்பெற்று வந்தது.

சாதிய ஏற்றத்தாழ்வு நிறைந்திருந்த அவ்வூரில் , சுற்றி இருக்கும் மக்கள் அனைவரிடமும் சகஜமாக பழகுவதையே அவள் விரும்பினாள்.

ஒருமுறை தன் சக வயதுடைய தோழிகள் இருவரை வலுக்கட்டாயமாக தன் வீட்டிற்கு அழைத்து வந்தாள் பஞ்சமி. ஆனால் அவர்கள் வீட்டிற்குள் நுழையாமல் வாசலிலேயே நின்றனர்.

தன் தந்தையிடம் அவர்களை உள்ளே அழைக்குமாறு முறையிட்டாள்.

"நாம கூப்பிட்டாலும் அவங்க உள்ள வரமாட்டாங்கமா, அவங்க யாருன்னு அவங்களுக்கு தெரியும், நீ இதெல்லாம் போக போக புரிஞ்சுப்ப பஞ்சமி" என்றார் அவளது அப்பா.

"நீ கூப்டுட்டு வந்ததால அவங்களுக்கு சாப்டறதுக்கு எதாச்சும் தர சொல்றேன், இனிமே இவங்கள வீட்டுக்கு கூட்டிட்டு வர கூடாது, முதல்ல இவங்க கூட பழகறத நிறுத்திடு" என கண்டித்தார் தந்தை.

அவர்களுக்கு வீட்டின் வாசலுக்கு வெளியே உட்கார வைத்து உணவு பரிமாறப்பட்டது.

தீண்டாமையின் இந்த நிகழ்வு அவள் மனதில் சிறுவயதிலேயே அழுத்தமாய் பதிந்தது.

அன்றிலிருந்து அவ்வூரில் நடக்கும் அனைத்து சாதிய ஏற்றத்தாழ்வுகளும், அடக்குமுறைகளும் அவளது கண்களுக்கு தெரிய ஆரம்பித்தது.

அவள் வழக்கம்போல அனைவரிடமும் சகஜமாகவே பழகிவந்தாள்.

வருடங்கள் கடந்தது.

பட்டயப்படிப்பை முடித்தாள் பஞ்சமி!

படிப்பு முடிந்ததும் திருமணத்திற்கு வரன் பார்க்க ஆரம்பித்தனர்.

எதிர்பார்த்தது போலவே பக்கத்து ஊரில் செல்வந்தரின் மகனுக்கு பஞ்சமியை பேசி முடித்தனர்.

ஆனால் பஞ்சமிக்கு தான் இந்த ஊரை விட்டுச் செல்லும் முன் இம்மக்களுக்கு ஏதாவது நல்லது செய்ய வேண்டும் என நினைத்தாள்.

பெரும்பாலான மக்கள் ஜமீன்தார்களின் நிலங்களில் அடிமையாய் வேலை செய்வதை கண்டாள். அவர்கள் எவ்வளவு உழைத்தும் அவர்களது வாழ்க்கை தரம் சிறிதும் மாறாமல் இருப்பதை கண்டு வருந்தினாள்.

இதனை மாற்றியே தீர வேண்டும் என பல நாட்களாய் யோசித்துக் கொண்டிருந்தாள்.

கடைசியில் அவளுக்கு ஒரு யோசனை தோன்றியது.

அன்றைய தினத்தில் அம்மாகாணத்தின் ஆட்சியராய் இருந்த ஆங்கிலேய துரைக்கு கடிதம் ஒன்று எழுதினாள்.

அதில்,

"சாதிய கொடுமைகளால் ஒடுக்கப்பட்டு சமூகத்தின் அடிமட்டத்தில் இருக்கும் மக்கள் முன்னேற, ஊரைச் சுற்றி இருக்கும் பயிரிடப்படாத விளைநிலங்களை இம்மக்களுக்கு வழங்கவேண்டும் எனவும், மேலும் இவ்வாறு செய்வதால் அரசுக்கு நில வரிவசூல் வருவாய் இரட்டிப்பாகும்" எனவும் யோசனை தெரிவித்து குறிப்பிட்டிருந்தாள் பஞ்சமி.

இக்கடிதம் அம்மாகாண ஆட்சியரை வியப்பில் ஆழ்த்தியது.

பஞ்சமியை நேரில் அழைத்து பேசியது ஆங்கிலேய அரசு.

சில வாரங்களுக்கு பின்,

ஆங்கிலேய அரசு புதிய சட்டம் ஒன்றை அமல்படுத்தியது.

அதன்படி,
"ஊரெங்கும் உபயோகத்தில் இல்லாமல் இருக்கும் விளைநிலங்கள் யாவும் உடனடியாக அரசு கட்டுப்பாட்டின் கீழ் வருவதாக அறிவித்தது"

"மேலும் இந்த நிலங்கள் யாவும் குறிப்பிட்ட ஒடுக்கப்பட இன மக்களுக்கு இலவசமாக வழங்கப்படும் எனவும், அவர்கள் இதில் வீடு கட்டிக்கொண்டோ அல்லது பயிரிட்டோ உபயோகித்து கொள்ளலாம் எனவும், இந்த நிலங்களை பத்து வருடத்திற்கு எவரிடமும் விற்க முடியாது எனவும், மேலும் இவ்வாறு இலவசமாக வழங்கப்படும் நிலங்கள் யாவும் இந்த யோசனை அளித்த பஞ்சமியின் பெயரால் **"பஞ்சமி நிலம்"** என்றே அழைக்கப்படும் எனவும் அறிவித்தது.

"இந்த சட்டம் அந்த மாகாணம் முழுதும் செல்லும் " எனவும் அறிவிக்கப்பட்டது.

பஞ்சமியின் கனவு நினைவானது.

ஊரே தலையில் தூக்கி வைத்து கொண்டாடியது பஞ்சமியை!!!

அம் மாகாண ஜமீன்தார்களின் வெறுப்புக்கு ஆளானாள் பஞ்சமி.

இந்த அறிவிப்பால் , அவளுக்கு நிச்சயித்திருந்த திருமணம் நின்று போனது.

ஆயினும் அவளது தந்தை அவளை நினைத்து மிகவும் பெருமைப்பட்டார்.

<h1 align="center">அத்தியாயம் - 6</h1>

அகலாபுரத்தை சேர்ந்த குறிப்பிட்ட மக்களுக்கும் இலவசமாக பஞ்சமி நிலம் வழங்கப்பட்டது.

பயிரிடுவதற்கான மூலதனம் தேவைப்பட, அதனை தர தானே முன்வந்தார் பஞ்சமியின் தந்தை.

அடிமை வாழ்க்கை வாழ்ந்து வந்த அம்மக்கள், முதல் முறையாக தங்கள் சொந்த நிலங்களில் பயிரிட்ட ஆத்ம திருப்தியை பெற்றனர்.

அவ்வருடம் விளைச்சலும் அமோகமாக அமையவே, ஆனந்த கண்ணீரில் நனைந்தனர் அம்மக்கள்.

பஞ்சமி தெய்வமாய் தெரிந்தாள் அவர்களுக்கு.

அம்மக்கள் மெல்ல மெல்ல தங்கள் பரம்பரை கடனை அடைக்கவும் ஆரம்பித்தனர். இது அவ்வூர் ஜமீன் வரதனை கலக்கமடைய வைத்தது.

ஜமீன் நிலங்களில் வேலை செய்து வந்த ஆட்களின் எண்ணிக்கையும் குறைந்து கொண்டே போனதால், இது மேலும் அவரை கோபமூட்டியது.

சரியான தருணத்திற்காக காத்திருந்தனர் வரதனை போலவே அம்மாகாணத்தின்  மற்ற ஜமீன்தார்களும்.

இரண்டாம் வருடம் வழக்கம்போலவே பயிரிட்டனர் அம்மக்கள்.

பிரச்சனை ஆரம்பித்தது.

இம்முறை கோடைகால பருவமழை பெய்ய தவறியது.

கலக்கமடைந்தனர் மக்கள்.

சிலர் நஷ்டமடைந்ததால் பரிதவித்து போயினர்.

ஆயினும் பஞ்சமியின் வார்த்தைகள் அவர்களை நல்வழிப்படுத்தியது.

இம்முறை கையிலிருந்த அனைத்தையும் விற்று பயிரிட்டனர் அம்மக்கள்.

மீண்டும் பருவமழை பொய்த்துப் போனது.

ஊரெங்கும் வறட்சி நிலவியது.

பஞ்சமி செய்வதறியாது தவித்தாள்.

ஆங்கிலேய அரசு உடனடியாக மக்களுக்கு வறட்சி நிவாரண உதவிகளை வழங்க வேண்டும் என கடிதம் எழுதினாள்.

ஆனால் ஆங்கிலேய அரசு இதனை கண்டுகொள்ளவில்லை.

இதனை பயன்படுத்தி கொண்ட ஜமீன்தார்கள் ஒரு அறிவிப்பை வெளியிட்டனர்.

அதன்படி, இலவசமாய் கிடைத்த பஞ்சமி நிலங்களை தங்களிடம் ஒப்படைப் பவர்களுக்கு , அவர்கள் வாங்கிய கடனில் குறிப்பிட்ட பகுதி கழிக்கப்படும் என்றும், மேலும் தங்களது நிலங்களில் வேலை பார்ப்பவர்களுக்கு ஒருவேளை உணவு வழங்கப்படும் எனவும் அறிவித்தனர்.

இந்த அறிவிப்பு வறட்சியில் தவித்த மக்களை பெரிதும் ஈர்த்தது.

பலரும் ஜமீன்தார்களிடம் தங்களது நிலத்தை ஒப்படைத்து சரணடைந்தனர்.

பஞ்சமி எவ்வளவோ கெஞ்சிப் பார்த்தும் இம்முறை பலனில்லாமல் போனது.

'பஞ்சமி நிலங்களை' விற்க கூடாது என்ற சட்டம் அவளுக்கு நினைவுக்கு வந்தது. ஆதாரங்களை திரட்டி அரசுக்கு கடிதம் எழுதி வைத்திருந்தாள்.

அச்சமயம் திடீரென பஞ்சமியின் தந்தை காணாமல் போனார்.

ஊரெங்கும் தேடியும் கிடைக்காததால் பதறிப்போனாள் பஞ்சமி.

ஜமீன் வரதனிடம் இருந்து பஞ்சமிக்கு இரகசிய அழைப்பு வந்தது.

தன்னை மறுநாள் மாலை வந்து சந்திக்க வேண்டும் எனவும், பஞ்சமி நில ஆதாரங்களை தன்னிடம் கொடுத்தால் அவளது தந்தையை உயிரோடு விடுவதாக தெரிவித்திருந்தான் வரதன்.

அதிர்ந்து போனாள் பஞ்சமி.

வேறுவழியின்றி ஒப்புக்கொண்டாள்.

மறுநாள் **தேய்பிறை பஞ்சமி** தினம்.

மாலை ஜமீன் வீட்டை சென்றடைந்தாள்.

"உனக்காக தான் காத்திருந்தேன் வா பஞ்சமி " என்றான் வரதன்.

"என்னோட அப்பாவ எங்க வச்சிருக்கிங்க??"
கேள்வியோடு ஆரம்பித்தாள் பஞ்சமி.

" அவர் சரியான இடத்துல தான் இருக்காரு , முதல்ல உன்கிட்ட இருக்கர ஆதாரத்தை எல்லாம் என்கிட்ட கொடுத்தா தான் இங்க எல்லாம் நடக்கும்"
என்றான் வரதன்.

கையில் வைத்திருந்த கடிதத்தையும் , ஆதாரங்களையும் அவரிடம் அளித்தாள்.

அதை வாங்கி பார்த்தவன்,

---

" இவ்ளோ தானா, எல்லாம் முடிஞ்சுது இப்போ'
என அனைத்தையும் கிழித்து பஞ்சமிக்கு முன் சுக்குநூறாக
வீசினான்.

தன் ஆட்களில் ஒருவனை அழைத்து பஞ்சமியின் தந்தையை
அழைத்து வருமாரு கட்டளையிட்டான்.

பஞ்சமிக்கு உணவு கொண்டு வருமாறு இன்னொருவனை
பணித்தான்.
அவள் வேண்டாம் என்பது போல் கையசைக்க,

"எங்க வீட்டுக்கு வந்த யாரையும் சாப்பிடமா அனுப்பியது
இல்ல, நீ தாராளமா சாப்டலாம்" என்றான் வரதன்.

தயங்கிய படியே சாப்பிட ஆரம்பித்தாள் பஞ்சமி.

சில கணங்கள் அமைதியாய் சென்றது.

பின் பேச ஆரம்பித்தான்,

"உனக்கு எவ்ளோ தைரியம் இருந்தா இவனுங்களுக்கு உதவி
பண்ணுவ??? இவனுங்க எத்தனை தலைமுறையா
எங்களுக்கு அடிமையா இருக்காணுங்கனு உனக்கு
தெரியுமா?? இன்னமும் எத்தனை தலைமுறை எடுத்தாலும்,
எங்க காலுக்கு கீழ தான் இவனுங்க கடக்கணும், இதுதான்
இவங்களோட தலைவிதி, உன்ன மாதிரி எத்தனை பேரு
வந்தாலும் இங்க எதுவும் எங்கள தாண்டி நடக்காது"

என சத்தமாய் பேசிக்கொண்டே திடீரென எழுந்து தன் கையிலிருந்த கைத்தடியால் ஓங்கி பஞ்சமியின் முகத்தில் அடித்தான் வரதன்.

தூரப்போய் விழுந்தாள்.

அவளது சிவத்த முகத்தில் இருந்து இரத்தம் வெளியேறிக் கொண்டிருந்தது.

"உன்னோட அப்பன நேத்தே வெட்டி கொன்னுட்டு, என் வீட்டு பின்னாடி இருக்கர தோட்டத்துல புதைச்சிட்டேன், இன்னைக்கு உன்னோட முறை" என்றான் வரதன்

இந்த வார்த்தைகளை கேட்டதும் பஞ்சமியின் கண்களில் இருந்து கண்ணீர் வழிந்தோடியது.

"இந்த பாவம் உங்கள சும்மா விடாது, உங்க வம்சத்த கடைசி வரைக்கும் இந்த பாவம் துரத்தும்" என திக்கி திணறி பேசினாள்.

உணவில் விஷமும் கலந்திருந்தால் அவளால் மேற்கொண்டு எதுவும் பேசவும் முடியாமல் தவித்தாள்.

சத்தமாய் சிரித்தான் வரதன்.

"பாவமா??? இங்க பல வருஷமா நாங்க இதை தான் செஞ்சிட்டு இருக்கோம். நாங்க நல்லா தானே இருக்கோம், கடவுள் எங்கள நல்லா தானே வச்சுருக்காரு, அப்டியே பார்த்தாலும் பாவம் பண்ணது அவனுங்க தான்" என அகங்காரத்துடன் கூறினான் வரதன்.

"உங்கள சும்மா விட மாட்டேன், இதுக்கு கண்டிப்பா நீங்க பதில் சொல்லியே தீரனும்"
என சொல்லிக்கொண்டே மூர்ச்சையானாள் பஞ்சமி.

அவளது உயிர் உடலை விட்டுப் பிரிந்திருந்தது.

# அத்தியாயம் -7

" **இ**ந்த பஞ்சமியோட பொணத்த கொண்டுபோய் தூரத்துல இருக்கர கிணத்து பக்கத்துல பொதைச்சிடுங்கடா " என கட்டளையிட்டான் வரதன்.

அவனது கட்டளைப்படி பஞ்சமியின் உடல் கிணற்றின் அருகே புதைக்கப்பட்டது.

பஞ்சமியின் இறப்பு நாகலாபுரம் மக்களை மிகப்பெரும் துயரத்தில் ஆழ்த்தியது.

அவர்களால் வருத்தப்படுவதை தவிர வேறெதுவும் செய்ய முடியாமல் போனது.

பஞ்சமி இறந்த ஐந்தாம் நாள் மிகப் பெரிய வறட்சி ஏற்பட்டது.

இதனால் ஜமீன்தார்களின் கை ஓங்கியது.

வெறும் ஒரு கூடை கேழ்வரகும், சோளமும் தந்து நாகலாபுரத்தின் அனைத்து பஞ்சமி நிலத்தையும் மீண்டும் கைப்பற்றினான் ஜமீன் வரதன்.

இந்த வழியையே அம்மாகாணத்தின் மற்ற ஜமீன்தார்களும் பின்பற்றினர்.

இதனால் ஒட்டுமொத்த பஞ்சமி நிலங்களும் மீண்டும் ஜமீன்தார்கள் கைவசம் சென்றது.

பின்பு தான் விதி விளையாடியது.

ஒருமுறை நிலத்தை பார்வையிட சென்ற ஜமீன் வரதன் பஞ்சமியை புதைத்த கிணற்றின் அருகே செல்லும்போது கால் தடுமாறி அதே கிணற்றில் வீழ்ந்து உயிரிழந்தான்.

இதனால் ஜமீன் குடும்பம் அதிர்ச்சியில் உறைந்து போனது.

இதன் பிறகு நிலமை மிகவும் மோசமடைந்தது.

பஞ்சமி இறந்த எட்டாம் நாள் வறட்சி மிகப் பெரிய பஞ்சமாய் நாகலாபுரத்தில் உருவெடுத்தது.

மக்கள் உணவு கிடைக்காமல் கொத்துக் கொத்தாய் இறக்க ஆரம்பித்தனர். பலரும் உணவுக்காக சண்டையிட்டு மடிந்தனர்.

தொற்றுநோய்களும் பரவ ஆரம்பித்து நூற்றுக்கணக்கான மக்கள் இறந்தனர்.

ஊரெங்கும் பிணக்குவியலாய் தென்பட்டது.

பஞ்சமியின் வார்த்தைகளை கேட்காததால், பஞ்சமியின் ஆவி நாகலாபுரத்தை பழிவாங்குவதாக மக்கள் நினைத்தனர்.

இதனால் நாகலாபுரத்தை விட்டு மக்கள் பெருமளவில் வெளியேறினர். கிட்டத்தட்ட மூன்றில் இரண்டு பங்கு மக்கள் நாகலாபுரத்தை விட்டு வெளியேறினர்.

ஜமீன் குடும்பத்திடம் கடன்பட்டிருந்தவர்கள் மட்டும் ஊரை விட்டு வெளியேற தடை விதிக்கப்பட்டது.

நாகலாபுரத்தில் ஏற்பட்ட பஞ்சம் மற்ற பகுதிகளுக்கும் பரவ ஆரம்பித்தது.

நிலமையை உணர்ந்த ஜமீன் குடும்பம் மாந்திரீகர்களின் உதவியை நாடியது.

"இறந்து போன பஞ்சமியின் ஆவி மிகவும் கோபத்தில் இருப்பதால் தான் இவ்வளவு பிரச்சினைகள்" என அவர்கள் தெரிவித்தனர்.

இதனை சரிசெய்ய பஞ்சமியின் உடலை மீண்டும் தோண்டி எடுத்து எரிக்க வேண்டும் எனவும், அந்த சாம்பலை அருகில் இருக்கும் ஆற்றில் கரைக்க வேண்டும் எனவும், சாம்பலை முழுமையாக கரைத்தால் மட்டுமே பஞ்சமியின் ஆவி அமைதி அடையும் எனவும் தெரிவித்தனர்.

இந்த பொறுப்பு ஜமீன் குடும்பத்தில் காவல் வேலை பார்த்த மூன்று பேரிடம் ஒப்படைக்கப்பட்டது.

சொன்னபடியே அந்த கிணற்றின் அருகே இருந்த பஞ்சமியின் உடல் தோண்டி எடுக்கப்பட்டு, எரியூட்டப்பட்டது.

---

பஞ்சமியின் சாம்பலை மூன்று சிறிய பானைகளில் எடுத்துக் கொண்டு ஆற்றில் கரைக்காமல் நேராக அங்கிருந்த ஜமீன் வீட்டிற்கு கொண்டு சென்றனர் அம்மூவரும்.

ஆம்!! அம்மூவரும் பஞ்சமியின் இறப்பிற்கு பழி வாங்குவற்காக காத்துக் கொண்டிருந்தவர்கள்.

நேராக ஜமீன் வீட்டிற்குள் நுழைந்த அவர்கள் ஆளுக்கொரு புறமாய் சென்று பஞ்சமியின் சாம்பலை வீடு முழுவதும் தூவ ஆரம்பித்தனர்.

"எங்க பஞ்சமிய கொன்னுட்டு , எங்க நிலத்தையும் பிடுங்கிட்டு நீங்க மட்டும் எப்டிடா சந்தோஷமா இருக்கலாம்??? இனி உங்கள பஞ்சமியே பாத்துப்பா!!!"

என ஒருவன் சத்தமிட்டுக் கொண்டே வீட்டின் அனைத்து பகுதிகளிலும் பஞ்சமியின் சாம்பலை தூவிக் கொண்டிருந்தான்.

வரதனின் மனைவி சத்தம் எழுப்ப, சுற்றி இருந்த பணியாட்கள் வருவதற்குள் அம்மூவரும் வீட்டிலிருந்து தலைமறைவாகினர்.

ஜமீன் குடும்பம் உயிரை கையில் பிடித்து கொண்டு இரவோடு இரவாக நாகலாபுரத்தை விட்டு வெளியேறியது.

மறுதினமே அந்த மூவரையும் தேடிக் கண்டுபிடித்து கொன்று குவித்தனர் ஜமீன் ஆட்கள்.

மீண்டும் மாந்திரீகர்களின் உதவியை நாடியது ஜமீன் குடும்பம்.

அந்த வீட்டை ஒருகணம் பார்த்த அவர்கள் பஞ்சமியின் சாம்பல் அந்த வீட்டினுள் கலந்து விட்டால் இனி எதுவும் செய்ய முடியாது என கூறி வீட்டை பூட்டினர்.

அந்த ஜமீன் வீட்டின் அனைத்து கதவுகளும் பூட்டப்பட்டு கதவுகளில் மந்திரித்த முடிச்சுகள் கொண்ட கயிறுகள் கட்டப்பட்டது.

இதன் பின்பு தான் அங்கு ஏற்பட்டிருந்த பஞ்சத்தின் தாக்கம் படிப்படியாக குறைய ஆரம்பித்து இயல்பு நிலை மெல்ல திரும்பியது.

இருப்பினும் அன்றிலிருந்து சரியாக பஞ்சமி தினத்தில், முதல் முறையாக அந்த பூட்டிய வீட்டின் மேல்தள அறையில் இருக்கும் விளக்கு எரிய ஆரம்பித்தது.

மக்களும் ஜமீன் குடும்பத்தினரும் பதறினர்.

விளக்குகள் சரியாய் பஞ்சமி தினங்களில் மாலை ஆறு மணிக்கு மேல் எரிய ஆரம்பித்தது.

இதனால் ஜமீன் குடும்பத்தினரும் மாலை ஆறு மணிக்கு மேல் நாகலபுரத்தில் தங்குவதில்லை.

" இது தான் இந்தப் பஞ்சமி வீட்டோட கதை"
என சொல்லி முடித்தார் பெரியவர் சதாசிவம்.

"நிதிலா, நீ இப்போ அந்த வீட்டுக்குள்ள தான் போறேன்'னு வரதனோட பையன் சொக்கன் கிட்ட சவால் விட்டிருக்க"
என்றார்.

<hr>

நிதிலனை பயம் தொற்றிக் கொண்டது.

"பயப்படாத நிதிலா! அந்த பஞ்சமி நம்ம மக்களுக்கு நல்லது பண்ணணும் தான் நினைச்சா ஆனா நமக்கு தான் அது சரியா புரியல"
என தொடர்ந்தார்.

அவனது அருகில் சென்று காதில் மெதுவாய் சொன்னார்

" அந்த வீட்ல இன்னொரு இரகசியம் இருக்கு, அது தான் உன்ன அங்க காப்பாத்தும், என்னால இப்போதைக்கு வேற எதுவும் சொல்ல முடியாது, நீ அந்த வீட்டுக்குள்ள போக தயாரா இரு" என்றார்.

நிதிலனின் புருவங்கள் உயர்ந்தது.

"நீ உயிரோட வெளிய வந்துட்டா, அது நம்ம மக்களுக்கு பெரிய நம்பிக்கைய தரும், இனி எல்லாமே உன் கைல தான் இருக்கு  நிதிலா" என முடித்தார் பெரியவர்.

**"வெற்றி எப்பவும் சுலபமா வராது, நாம தான் அதை துரத்தி பிடிக்கனும் நிதிலா"**
தந்தையின் நல் வார்த்தைகள் அவன் மனதில் நிழலாடியது.

தயாரானான் நிதிலன்.

# கதையல்ல நிஜம்

<u>**பஞ்சமி நிலச்சட்டங்கள் இருப்பது உண்மையே!!**</u>

ஆனால் இக்கதையில் வரும் பஞ்சமிக்கும் , இந்த சட்டத்திற்கும் எந்தவித தொடர்பும் இல்லை.

1892 ஆம் ஆண்டு செப்டம்பர் 30 ஆம் நாள் ஆங்கிலேய ஆட்சிக் காலத்தில் செங்கல்பட்டு மாவட்டத்தின் பொறுப்பு ஆட்சியராக இருந்த **ஜேம்ஸ் ட்ரெமென்ஹீர் (James Tremenheere)** *"பஞ்சமி நிலங்கள்"* எனும் சட்டத்தை கொண்டு வந்தார்.

அதன்படி ஒதுக்கப்பட்ட ஆதிதிராவிட மக்களுக்கு நிலம் வழங்குவதன் மூலம் அவர்கள் வாழ்வை மேம்படுத்த இயலும் என்று நம்பினார்.

சென்னை மாகாணம் முழுக்க இச்சட்டத்தின் படி ஆதி திராவிட மக்களுக்கு சுமார் 12 இலட்சம் ஏக்கர் விளைநிலங்கள் இலவசமாக ஆங்கிலேய அரசால் வழங்கப்பட்டது.

பின்பு இச்சட்டம் இந்தியா முழுக்க அமல்படுத்தப்பட்டது.

**இந்த சட்டத்தின்படி, இந்தியா முழுவதும் பட்டியலின மக்களுக்கு நிலங்கள் இலவசமாக அளிக்கப்பட்டன. இந்த நிலங்களில், பட்டியலின மக்கள் பயிர் செய்தோ, வீடுகள் கட்டிக்கொண்டோ அனுபவிக்கலாம். முதல் பத்தாண்டுகளுக்கு யாருக்கும் விற்கவோ, தானம் செய்வோ, அடமானம் வைக்கவோ, குத்தகைக்கோ விடக் கூடாது;**

---

அதன்பிறகு அவர்கள் விற்பதாக இருந்தால், அவர்கள் வகுப்பைச்சார்ந்தவர்களிடம் (Depressed Class) தான் விற்கவோ, தானம் செய்யவோ, அடமானம் வைக்கவோ, குத்தகைக்கு விடவோ உரிமை வழங்கப்பட்டது. வேறு வகுப்பினரிடம் விற்றால் அந்த விற்பனை செல்லாது. மீறி வாங்கினால், எந்த காலத்திலும் அந்த நிலங்களை வாங்கியவரிடமிருந்து அரசு பறிமுதல் செய்யலாம். அதற்கு நஷ்ட ஈடு கிடையாது என்றும் ஆதி திராவிட மக்களை யாரும் ஏமாற்றி விடக்கூடாது என்கிற காரணத்தால் ஆங்கிலேய அரசால் இந்த சட்டம் உருவாக்கப்பட்டது.

இருந்த போதிலும் அப்போதைய ஜமீன்தார்கள் (மிராசுதாரர்கள்) அம்மக்களை மிரட்டி பணிய வைத்து நிலங்களை அபகரித்தனர்.

வெறும் ஒரு கூடை கேழ்வரகு, சோளம் கொடுத்து பஞ்சமி நிலங்கள் அவர்களிடமிருந்து அபகரிக்கப்பட்டது.

சுதந்திரம் அடைந்தும் இந்திய அரசால் இச்சட்டம் அப்படியே தொடர்ந்தது.

ஆனால், விவரம் அறியாது விற்க்கப்பட்ட இந்த பஞ்சமி நிலங்களை மீட்க இன்று வரை போராடி வருகின்றனர் ஆதி திராவிட மக்கள்.

கடந்த 1994 ஆம் ஆண்டு அக்டோபர் 10 ம் தேதி காஞ்சிபுரத்தில் நடைபெற்ற பஞ்சமி நில மீட்பு போராட்டத்தில் இரு செயல்பாட்டாளர்கள் கொல்லப்பட்டனர்.

தமிழ்நாட்டின் பாதிக்கும் மேலான பஞ்சமி நிலங்கள் திருவண்ணாமலை, வட ஆற்காடு மாவட்டங்களில் 77% நிலம் கைமாறி இருக்கிறது.

## *பஞ்சம் (1896-97) :*

தமிழ்நாட்டில் ஏற்பட்ட கடைசி உணவு பஞ்சம் இதுதான்!!

சரியாக 'பஞ்சமி நிலச்சட்டங்கள்' கொண்டுவரப்பட்ட நான்கு ஆண்டுகள் கழித்து 1896-97ல் இப்பஞ்சம் ஏற்பட்டது.

1895ம் ஆண்டு ஆரம்பத்தில் கோடைகால பருவமழை தவறியதால் வறட்சி நிலவியது.

அதே ஆண்டு குளிர்கால மழையும் பொய்த்துப் போனது.

1896ம் ஆண்டும் கோடைகால பருவமழை தவறியது.

இதனால் கடும் பஞ்சம் ஏற்பட்டு பல பகுதிகளுக்கும் பரவியது.

பொதுப்பணி திட்டத்தில் வேலை பார்ப்பவர்களுக்கு மட்டுமே உணவு வழங்கியது ஆங்கிலேய அரசு.

இருந்தும் சென்னை மாகாண அரசு கடைபிடித்த ஏற்றுமதி பொருளாதார கொள்கை பஞ்சத்தின் பாதிப்பை கூட்டியது.

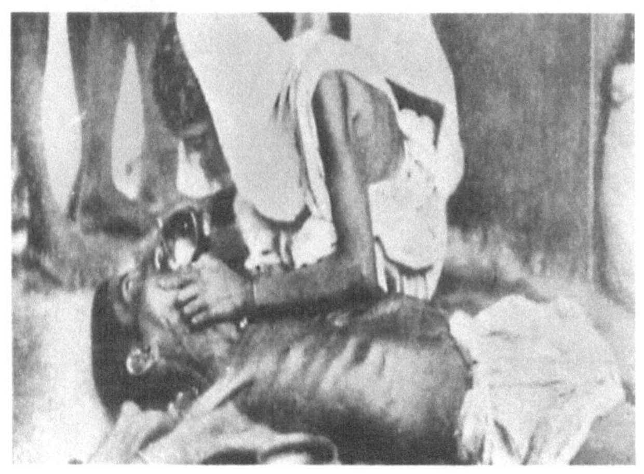

பட்டினிச்சாவு மற்றும் காலரா, மலேரியா போன்ற தொற்றுநோய்களால் ஆயிரக்கணக்கில் மக்கள் செத்து மடிந்தனர்.

இந்தியா முழுவதும் கிட்டத்தட்ட 10 லட்சம் மக்கள் இந்த உணவு பஞ்சத்தில் உயிரிழந்தனர்.

1897-ல் பெய்த கோடைகால பருவமழையால் பஞ்சம் அடங்கி மெல்ல மெல்ல இயல்பு நிலை திரும்பியது.

**தமிழ்நாடு கண்ட கடைசி உணவு பஞ்சம் இது தான்!!**

(தரவுகள்: விக்கிபீடியா)

-------------------------------------------------------------------

# அத்தியாயம் - 8

**எ**திர்பார்த்தபடியே "பஞ்சமி தினம்" வந்தது.

நிதிலன் பஞ்சமி வீட்டிற்குள் செல்லும் நாள் என்பதால் நாகலாபுரம் பரபரப்பில் இருந்தது.

ஜமீன் சொக்கன் காலையிலேயே வந்திருந்தான்.

"எலேய், சொன்னது ஞாபகம் இருக்குல்ல?? எந்த கயிரும் அங்க கழட்டாம, உள்ள போயி என் ஐயாவோட கைத்தடிய எடுத்துகிட்டு நாளைக்கு காலைல தான் நீ வெளிய வரனும்"

"சாயந்திரம் விளக்கு எரிய ஆரம்பிச்சதும் வீட்டுக்குள்ள போகனும் தயாரா இரு" என நிதிலனை எச்சரித்துவிட்டு அவ்வீட்டின் கொல்லைப்புறத்தில் இருக்கும் ஒரு அறையின் சாவியை நிதிலனின் கைகளில் கொடுத்துவிட்டு,

தன் ஆட்களில் ஒருவனை கண்காணிப்புக்கு நியமித்து விட்டும் அங்கிருந்து வெளியேறினான் சொக்கன்.

நிதிலனின் அம்மா அழுது புலம்பிக் கொண்டிருந்தாள்.

நிதிலனுக்கு கோபம் தலைக்கேறியது,

"எவ்வளவு நாள் தான் நாம இன்னும் இங்க அடிமை வாழ்க்கை வாழறது?? இதுக்கு செத்தே போய்டலாம் மா "

என கத்தினான்.

அங்கிருந்த பெரியவர் சதாசிவம் காதுகளுக்கு இவை எட்ட, அவர் தலையிட்டு அஞ்சுகத்தை சமாதானப்படுத்தினார்.

மாலை நெருங்கியது.

இருள் நாகலாபுரத்தை சூழ்ந்தது.

பஞ்சமி விளக்கின் வெளிச்சம் மெல்ல மெல்ல ஆரம்பித்து பிரகாசமாய் அவ்வூரை ஆட்கொள்ள ஆரம்பித்தது.

இன்று பஞ்சமி இறந்த தினமான **"தேய்பிறை பஞ்சமி"** தினம் என்பதால் உச்சகட்ட பரபரப்பில் இருந்தது நாகலாபுரம்.

பெரியவர் நிதிலனின் கைகளில் ஒரு தூக்கு விளக்கை கொடுத்து,

" வெற்றியோடு திரும்பி வா நிதிலா, இந்த ஒரே ஒரு இராத்திரிய இன்னும் பல வருஷத்துக்கு இந்த உலகம் பேசப்போகுது, உனக்காக இந்த ஊரே காத்திட்டு இருக்கும். விடிய போற நாளை பொழுது, நம்மளோடதா இருக்கட்டும் புறப்படு நிதிலா"

என்றார்.

அந்த விளக்கை வாங்கிக் கொண்ட நிதிலன் பெரியவரிடமும், தன் தாயிடமும் ஆசி பெற்றுவிட்டு சுற்றி இருந்த ஊர் மக்களை பார்த்தான்.

"ஜெயிச்சிட்டு வா நிதிலா "
என கூட்டத்திலிருந்த அனைவரும் ஒரு சேர கோஷமிட்டு அவனை தைரியப்படுத்தினர்.

அவர்களிடமிருந்து விடை பெற்றான் நிதிலன்.

அந்த குடிசை பகுதியிலிருந்து வெளியேறி, மெல்ல பஞ்சமி வீட்டை நோக்கி நடக்க ஆரம்பித்தான்.

அவ்வூர் மக்களின் தலைவிதியை நிர்ணயிக்க கூடிய வாய்ப்பு தன்னிடம் வந்து சேரும் என கனவிலும் நினைக்கவில்லை நிதிலன்.

பஞ்சமி வீட்டிற்கு அருகே வந்தடைந்தான்.

இருளில் அந்த வீட்டின் பிரம்மாண்டமான தோற்றமும், அதன் மேல் தள அறையிலிருந்து வெளி வந்து கொண்டிருந்த விளக்கின் வெளிச்சமும் நிதிலனை மிரட்சியடைய செய்தது.

அந்த வீட்டை நெருங்க நெருங்க அவனிடமிருந்த தைரியம் அவனை விட்டு தூரம் சென்று கொண்டேயிருந்தது.

வீட்டின் கொல்லைபுறம் வழியாக தான் உள் நுழைய வேண்டும் என்பதால் , வீட்டின் பின்புறத்தை சென்றடைந்தான்.

அங்கிருந்த தோட்டத்தில் தான், பஞ்சமியின் தந்தை புதைக்கப்பட்ட ஞாபகம் வந்ததால் அவனிடம் பதட்டம் அதிகரித்தது.

வீட்டின் பின்புற மதில் சுவற்றில் ஏறி உள் குதித்தான் நிதிலன்.

பத்து வருடத்திற்கு மேல் பூட்டப்பட்ட வீடு என்பதால் அருகிலிருந்த மரத்தின் இலை சருகுகள் அங்கு காய்ந்து நிரைந்திருந்தது.

சப்தம் எழுப்பாமல் மெல்ல அதன் மீது கால் வைத்து நடக்க ஆரம்பித்தான்.

பின்புற வாசல் கதவை வந்தடைந்தான் நிதிலன்.

அக்கதவில் கட்டப்பட்டிருந்த மந்திரித்த கயிறுகள் அவனை மேலும் பதட்டமடைய வைத்தது.

தான் திறக்க வேண்டிய கதவை தேடினான்.

அங்கு வலதுபுற மூளையில் இருந்த கதவை வந்தடைந்தான்.

தன் கையிலிருந்த சாவியை எடுத்து அக்கதவினுள் மெதுவாய் செலுத்தி, திருப்பினான்.

தாழ்ப்பாள் திறந்து கொண்டது.

தான் பஞ்சமியிடம் சிக்கி கொள்ள கூடாது என்பதற்காக கையில் எரிந்து கொண்டிருந்த விளக்கை அணைத்தான் நிதிலன்.
தற்போது அவனுக்கும், அவ்வீட்டிற்கும் நடுவில் அந்த கதவு மட்டுமே இருந்தது.

<h1 style="text-align:center">அத்தியாயம் - 9</h1>

நிதிலனுக்கு படபடத்தது.

மெல்ல தன் கையை எடுத்து அக்கதவின் மேல் வைத்து மெதுவாய் திறக்க ஆரம்பித்தான்.

முழுக்கதவும் திறந்து கொண்டது.

உள்ளே இருள் சூழ்ந்திருந்தது.

வீட்டிற்குள் முதல் அடியை எடுத்து வைத்தான், எதுவும் நிகழாததால் தைரியமாய் முழுவதுமாய் உள் நுழைந்தான்.

உள் நுழைந்தவன் வந்த வாயில் கதவை மெல்ல சாத்தி உட்புறமாய் தாழிட்டு, அங்கு சூழ்ந்திருந்த இருட்டிற்குள் ஐக்கியமானான்.

பதிமூன்று ஆண்டுகளுக்கு பிறகு அவ்வீடு உணரும் முதல் மனித வாசம்

*"நிதிலன்"* தான்.

இருளும், அமைதியும் அங்கு ஒன்றோடு ஒன்று கலந்திருந்தது.

தன் பார்வையை சுற்றிலும் செலுத்திய நிதிலனுக்கு அங்கு எதுவும் தென்படவில்லை.

அவனுடைய தைரியம் அனைத்தும் அவ்வீட்டிற்குள் நுழையும் முன்பே அவனை விட்டுச் சென்றிருந்தது.

மெல்ல அடுத்த அடியை எடுத்து வைக்க முயன்றான், ஆனால் அவனால் முடியவில்லை.

மீண்டும் அடி எடுத்து வைக்க முற்பட்டான்.

அவனால் முடியவில்லை. இம்முறை தான் உணர்ந்தான்.

தன் பின்னாலிருந்து தன்னை யாரோ பலமாய் இழுப்பதை தற்போது தான் உணர்ந்தான்.

உடல் முழுதும் வியர்த்து கொட்ட ஆரம்பித்தது நிதிலனுக்கு.

தன் உயிரை கையில் பிடித்து கொண்டு மெல்ல திரும்பினான்.

அங்கு இருளில் எதுவும் அவனுக்கு தென்படவில்லை.

மீண்டும் நகர முயன்றான் ஆனாலும் முடியவில்லை.

வேறுவழியின்றி தன் கையிலிருக்கும் விளக்கை ஏற்றும் முடிவுக்கு வந்து, விளக்கை ஏற்றினான்.

அவ்விளக்கின் ஒளி, அங்கிருந்த இருளை அனைத்து பக்கமும் விரட்டியது.

மெல்ல தன் பின்புறமாய் திரும்பி பார்த்தான்.

தான் இடுப்பில் கட்டியிருந்த வேட்டியின் ஒரு பகுதி, அங்கிருந்த கதவின் தாழ்ப்பாளில் மாட்டியிருந்ததை கண்டான்.

அதனை எடுத்துவிட்டு இதற்கு தான் பயந்தோமா என தன்னை தானே நொந்து கொண்டான்.

பதட்டம் குறைந்து நிம்மதி பெருமூச்சு விட்டுக் கொண்டே திரும்பினான்.

அங்கு திடீரென நிழலாய் நின்றிருந்த ஒரு உருவம் நகர்ந்து செல்வதை கண்டான்.

தூக்கிப் போட்டது நிதிலனுக்கு!

தான் பஞ்சமியின் கண்களில் சிக்கிக் கொண்டோமோ என அவன் மனதிற்குள் பயம் கவ்வ தொடங்கியது.

அவன் மூச்சு விடும் சப்தமே அவனை மிரட்டியது.

பயத்தில் அவனது தொண்டையும் வறண்டு போனது.

மெல்ல அடி வைத்து நடக்க ஆரம்பித்தான்.

அங்கிருந்த அமைதி அவனை மிரட்டிக் கொண்டேயிருந்தது.

தான் இதுவரை கேட்டிருந்த அத்தனை அமானுஷ்ய கதைகளும், அவனது ஞாபகத்தில் வந்து சுற்றியிருந்த சூழ்நிலைகளோடு தொடர்புபடுத்தி, அவனை பயமுறுத்தி கொண்டேயிருந்தது.

மிகவும் பலவீனமானவனாய் உணர்ந்தான் நிதிலன்.

சற்று நேரத்திற்கு முன் தான் கண்ட நிழல் உருவம், தற்போது எங்கு நின்று கொண்டிருக்குமோ என மனதில் ஓடிக் கொண்டேயிருந்தது .

மெல்ல வீட்டினுள் நகர்ந்து கொண்டிருந்தான்.

அவனது நிழலும் அவனை பயமுறுத்தியது.

தன்னுடைய நிழலை பார்ப்பதையும் முடிந்த வரை தவிர்த்தான் நிதிலன்.

வீட்டின் பின்புறத்தில் இருந்து, முன்புறத்தின் மேல்தளத்தில் இருக்கும் அறைக்கு சென்றடைய வேண்டும் என்பதால் வீட்டின் பெரும்பகுதியை நிதிலன் கடக்க வேண்டியிருந்தது.

அவ்வீட்டின் பிரம்மாண்டமான தோற்றமும் அவ்விளக்கின் ஒளியில் மிளிர்ந்தது.

மேல்தளத்திற்கு செல்லும் படிக்கட்டுகள் அவனது பார்வைக்கு தென்பட்டது.

பல அடி தூரத்திற்கு அப்பால் இருந்தது படிகட்டுகள்.

எப்படியாவது இந்த தூரத்தை கடந்து விட வேண்டும் என நினைத்தான்.

இனியும் மெதுவாக நடந்தால் தன்னுடைய பயமே தன்னை கொன்றுவிடும் என நினைத்தான்.

வேகமாக முன்னேற வேண்டும் என முடிவெடுத்து அசட்டு தைரியத்தில் மிக வேகமாக நடக்க ஆரம்பித்தான்.

அந்த படிகட்டுகளையே பார்த்துக் கொண்டு வேகமாக நடந்து சென்றவன், நடுவில் இருந்த இரும்பு தகட்டை கவனிக்க மறந்து அதில் கால் இடறி கீழே விழுந்தான்.

அவன் கையிலிருந்த விளக்கு தூக்கியெறியப்பட்டு , அங்கிருந்த சுவற்றில் மோதி கீழே விழுந்து அதுவும் உடைந்து அணைந்து போனது.

அவ்வீட்டை மீண்டும் இருள் சூழ்ந்தது.

இருள் சூழ்ந்த அவ்வீட்டின் நடுவில் தனியொரு ஆளாய் வீழ்ந்து கிடந்தான் நிதிலன்.

சில கணங்கள் நிசப்தம் நிலவியது.

திடீரென ஏதோ சப்தம் கேட்க வேகமாய் எழுந்தான் நிதிலன்.

மெல்ல அந்த சத்தத்தை செவி வழியே உணர ஆரம்பித்தான்..

அவை சலங்கையின் சப்தங்கள் என்பதை உணர்ந்தான்.

---

சலங்கையின் சப்தங்கள் அதிகமாகி கொண்டே போனது.

அந்த சப்தம் மேல் தளத்தில் இருந்து கீழ் நோக்கி படிகட்டுகளில் வர ஆரம்பித்தது.

நிதிலனின் இதய துடிப்பு பல மடங்கு எகிறியது!

அச்சலங்கையின் சப்தங்கள் இருளில், அவனது செவியை துளைத்தது.

திடீரென அந்த சப்தம் நின்று போனது.

தன் மூச்சை இழுத்துக் பிடித்து கொண்டு மரண பீதியில் அமைதியாய் நின்று கொண்டிருந்தான்.

திடீரென அவனுக்கு இடதுப்புறமாக ஒரு விளக்கு தானாய் எரிய ஆரம்பித்தது.

அது தன் கையிலிருந்து தவறி விழுந்து உடைந்த விளக்கு என்பதை கண்ட நிதிலன், அது எப்படி எரியும் என யோசித்து கொண்டிருக்க தன் வலது புறம் யாரோ நிற்பதை போன்ற உணர்வு அவனுக்கு தோன்றியது.

மெதுவாய் தன் தலையை அந்த பக்கமாய் திருப்பினான்.

அங்கு அவன் கண்ட காட்சி அவனை உலுக்கிப் போட்டது.

அவனது இதயம் வெடித்து விடும் அளவிற்கு வேகமாய் துடித்தது.

அவனது கால்கள் தானாய் நடுங்க ஆரம்பிக்க , கீழே விழுந்தான் நிதிலன்.

கீழே விழுந்தும் அவனது உடல் அக்காட்சியை பார்த்து நடுங்கியது.

அங்கு,

தலைவிரிக்கோலமாய் முடிகள் அனைத்தும் தலைக்கு மேல் காற்றில் பறக்க , காலில் சலங்கையோடும், பெருங்கோபம் கொப்பளிக்க இமைக்காத கண்களோடும் , அவனெதிரில் நின்று கொண்டிருந்தாள், "பஞ்சமி"

----------------------------------------------------------------------

## ஆவிகள் குறித்த சில ஆய்வு முடிவுகள் :

1. ஆவிகள் தங்களை வெளிக்காட்டிக்கொள்ளவே விரும்பும். எனவே தான் அறைகளில் நறுமணம் அல்லது வெளிர் நிற புகைகளை பனிமூட்டங்களை பரப்புகின்றன.

2. ஆவிகள் இறந்துபோன உடல்களை சுற்றியோ அல்லது சுடுகாட்டிலோ இருக்காது. எப்பவுமே கோவில்கள், ஆலயங்கள் என வழிபாட்டுத் தலங்களை அண்டியே சுற்றிய படி இருக்கும். சிலநேரம் பாழடைந்த கட்டடங்களை அண்டியும் இருக்கும்.

3. பேய்கள் அல்லது ஆவிகள் கூடுமானவரை ஆபத்தானவை அல்ல. விபத்து அல்லது கொலைகளினால் உண்டான பேய்கள் அல்லது

ஆவிகளின் தோற்றம் மட்டும் தான் பயங்கரமானதாக இருக்கும்.

4. பூமியை விட்டு உறவுகளை விட்டு செல்ல விரும்பாதவர்கள் தான் கூடுமானவரை ஆவிகளாக சுற்றும்.

5. ஆத்மாக்கள் உறங்குவதில்லை. தங்கள் சாவுக்கான நீதி கிடைக்கும் வரை அலைந்தபடியே இருக்கும்.

6. பேய்கள் அல்லது ஆவிகளுக்கு உங்கள் எதிர்காலம் நன்றாகவே தெரியும். சில நேரங்களில் அவை கனவுகளின் மூலம் உங்களிடம் வெளிப்படுத்த முயற்சி செய்யும்.

7. பூனைகளால் தெளிவாக பேய்கள் அல்லது ஆவிகளை காணமுடியும். உங்கள் வீட்டு பூனை வானத்தையே அசையாமல் பார்த்துக் கொண்டு இருந்தால் ஏதோ ஒரு ஆவியை காண்கிறது என்று அர்த்தம்.

8. பேய்கள் அல்லது ஆவிகளுக்கு உணர்ச்சிகள் *(feelings)* உண்டு. ஆனால் உணர *(sense)* முடியாது.

9. பேய்கள் அல்லது ஆவிகள் தனக்கு நெருக்கமானவர்களுக்கு அல்லது தன் சாவுக்கு காரணமானவர்களுக்கு மட்டுமே தன்னை வெளிக்காட்டிக் கொள்ள முயற்சிக்கும்.

10. பேய்கள் அல்லது ஆவிகளால் கொலை செய்ய முடியாது. ஆனால் ஒருவன் தன்னைத்தானே கொலை செய்யும் அளவுக்கு தூண்டி விடும் சக்தி உண்டு.

11.	பேய்கள் அல்லது ஆவிகளால் தரையை கால்களால் தொட முடியும். கைகளாலோ அல்லது உடலின் வேறு பகுதிகளாலோ அல்ல. எனவே தான் உங்களால் அவைகளின் காலடி ஓசையை கேட்க முடியும்.

12. பேய்கள் அல்லது ஆவிகளால் ஒரு மனித உடலில் புகுந்து மற்றொருவருடன் தகவல் தொடர்பு கொள்ள முடியும்.

13.பேய்கள் அல்லது ஆவிகளால் 12 நாட்கள் மட்டுமே [இறந்த நாள்முதல்] அவர்கள் வீட்டில் அருகில் இருக்க முடியும்.

14.ஆவிகள் இறந்துபோனவரின் உடலை அடக்கம் செய்யும் வரை அவர்களை பற்றி யார் பேசிக்கொண்டு இருந்தாலும் அருகில் நின்று கேட்கும் குணம் உண்டு.

15.	பேய்கள் அல்லது ஆவிகளை சாதாரணமாக் காணக்கூடியவர்களின் இரத்த பிரிவு (Blood Group) 'O' (+) அல்லது O' (-) ஆக இருக்கும். மற்றவகை இரத்த பிரிவினரின் கண்களில் படுவது அபூர்வம்.

(தரவுகள் : கூகிள்)

--------------------------------------------------------------------

# அத்தியாயம் - 10

அந்த விளக்கின் வெளிச்சத்தில் நிதிலன் கண்ட காட்சி அவனை உலுக்கிப் போட்டது.

அவனது இதயம் வெடித்து விடும் அளவிற்கு வேகமாய் துடித்தது.

அவனது கால்கள் தானாய் நடுங்க ஆரம்பிக்க , கீழே விழுந்தான் நிதிலன்.

கீழே விழுந்தும் அவனது உடல் அக்காட்சியை பார்த்து நடுங்கியது.

அங்கு,

தலைவிரிக்கோலமாய் முடிகள் அனைத்தும் தலைக்கு மேல்
காற்றில் பறக்க ,
காலில் சலங்கையோடும்,
பெருங்கோபம் கொப்பளிக்க இமைக்காத கண்களோடும் ,
அவன் எதிரில் நின்று கொண்டிருந்தாள்,

"பஞ்சமி"

அவனையே பார்த்தபடி நின்று கொண்டிருந்தாள்.

பயத்தில் மேல் மூச்சு வாங்கியது நிதிலனுக்கு.

சலங்கை ஒலிகள் சிணுங்க,

அவனை நோக்கி நடக்க ஆரம்பித்தாள்,

நிதிலனின் இதயத்துடிப்பு எகிறிக்கொண்டே சென்றது!!

அவனுக்கு மிக அருகில் வந்து நின்றாள்.

மெல்ல குனிந்து,

அவனது முகத்திற்கு மிக நெருக்கமாய் வந்து அவனது கண்களையே இமைக்காமல் பார்த்துக் கொண்டிருந்தாள் பஞ்சமி.

காற்றில் அவளது கூந்தல் தலைவிரிக்கோலமாய் தலைக்கு மேல் அங்கும் இங்குமாய் பறந்து எழுப்பிய சப்தம், நிதிலனை மேலும் மிரட்சியடைய வைத்தது.

"யார் நீ??"
மிரட்டும் தொனியில் கேட்டாள் பஞ்சமி.

அந்த குரல் மேலும் அவனை உலுக்கியதால்,

பதிலளிக்க முடியாமல் திணறினான்.

"நா...நா.......நிதிலன்" என உயிரை கையில் பிடித்துக்கொண்டு பேசினான்.

"என்னோட வீட்டுக்குள்ள ஏன் வந்த??"
மீண்டும் கேள்வியாய் கேட்டாள்.

"இந்த ஊரு ஜமீன் சொக்கன் அவரோட அப்பா வோட கைத்தடிய எடுத்துட்டு வர சொல்லி என்ன அனுப்பி வச்சாரு..." என்றான்.

ஜமீன் பெயரை கேட்ட நொடியே பஞ்சமியின் கண்கள் மேலும் சிவந்தது. அவளது கைவிரல் நகங்கள் திடீரென பெரியதாகி அவனது கழுத்தை பதம் பார்க்க ஆரம்பித்தது.

நிதிலனின் கழுத்திலிருந்து இரத்தம் கசிய ஆரம்பித்தது.

"ஜமீனோட ஆளா நீ" என கோபத்தோடு கேட்டாள்.

"இல்ல.....இல்ல...." வலியில் கத்தினான் நிதிலன்.

"அப்போ ஏன் அவன் சொல்லி இங்க வந்த??"

தனக்கும் ஜமீன் சொக்கனிற்கும் வந்த பிரச்சனையும், அதன் பின் ஏற்பட்ட உடன்பாட்டையும் கூறினான் நிதிலன்.

இதனை கேட்டு அவனது கழுத்திலிருந்து தனது விரல் நகங்களை எடுத்துவிட்டு பின் நோக்கி சென்றவள்,

அந்தரத்தில் பறந்து கொண்டே சிரிக்க ஆரம்பித்தாள்.

அவளது சிரிப்பொலி அவ்வீடெங்கும் பயங்கரமாய் எதிரொலித்தது.

நடுங்கினான் நிதிலன்.

"அப்போ இந்த கைத்தடிய விடிஞ்சதும் எடுத்துட்டு போய் அவன் கிட்ட கொடுத்துட்டு, அவனோட பாதி நிலத்த வாங்கி இந்த ஊர் மக்களுக்கு நல்லது செய்ய போறியா?? என அந்தரத்தில் சிரித்துக் கொண்டே கேட்டாள் பஞ்சமி.

"ஆமா..."

"முட்டாள்! ஜமீன விட மோசமானவங்க இந்த ஜனங்க தான், அவன் கெட்டவன் அவனுக்கு அது மட்டும் தான் தெரியும் ஆனா, இந்த மக்கள் நன்றி கெட்டவங்க, அவங்களுக்கு நல்லது பண்ணவங்களயே சீக்கிரமா மறந்துடுவாங்க"

"நா எவ்வளவோ சொன்னேன்! அந்த நிலத்த ஜமீனுக்கு தராதீங்கனு கெஞ்சியும் பார்த்தேன், ஆனா வெறும் கஞ்சிக்கும், கூழுக்கும் ஆசைப்பட்டு என்ன மதிக்காம மறுபடியும் ஜமீன் கிட்ட போய் , அவங்களே அடிமை வாழ்க்கைய தேடிகிட்டாங்க, நா அவங்களுக்காக என்னோடைய வாழ்க்கையே அர்ப்பணிச்சேன். ஆனா அவங்க நன்றி கெட்டவங்க"

என கோபத்தில் பேச பேச பஞ்சமியின் தலைமுடிகள் நெருப்பாய் மாறி எரிய ஆரம்பித்தது.

நிதிலனுக்கு உடல் நடுங்க ஆரம்பித்தது.

"நீ உயிரோட இங்க இருந்து போகணுமா?"
திடீரென கழுத்தை மட்டும் திருப்பி அவனை நோக்கி கேட்டாள்.

"ஆமா..."

பயந்தபடியே கூறினான் நிதிலன்.

மீண்டும் அவனருகே வந்தாள் பஞ்சமி.

"நா சொல்றத செஞ்சிட்டா, நீ இங்க இருந்து போய்டலாம்,
இல்லன்னா இங்கயே உன்னோட உயிர் போய்டும்"
என அவளது பெரிய கைவிரல் நகங்களை அவனது
கழுத்திற்கு அருகே காட்டி மீண்டும் பயமுறுத்தினாள்.

நிதிலன் எதுவும் புரியாமல் சிலை போல இருந்தான்.

"நீ எனக்காக ஒன்னே ஒன்னு பண்ணு, வந்த வாசல் வழியே
வெளிய போய், பின் வாசல் கதவுல கட்டியிருக்கிற அந்த
மந்திர முடிச்சுபோட்ட கயிற மட்டும் கழட்டி வெளிய
தூக்கிப்போடு போதும்"
என்றாள்.

தூக்கிப் போட்டது நிதிலனுக்கு,

ஜமீன் சொக்கன் அந்த கயிற கழட்டாம வெளிய வரணும்ன்னு
சொன்னாறே??
என மனதிற்குள் நினைத்துக் கொண்டான்.

"என்ன யோசிக்கிற, திறந்து விடு நா இந்த நாகலாபுரத்தை
பார்த்து ரொம்ப வருஷம் ஆச்சு" என்றாள்.

மறுபடியும் பஞ்சம் வந்து ஊர் அழிந்து விடுமோ என
மனதிற்குள் பயந்தான் நிதிலன்.

பஞ்சமி மெல்ல அவனருகே வந்து,

"சீக்கிரம் போ" என்று சொல்லி கை காண்பிக்க, அவளது கையிலிருந்து வந்த ஒளி அவன் வந்த கதவை நோக்கி வழிகாட்டியது.

நிதிலனுக்கு தலை சுற்றியது.

சூழ்நிலை கைதியாய் உணர்ந்தான்.

யோசித்து பார்க்க நேரமின்றி பஞ்சமியின் சொல் படி நடக்க ஆரம்பித்து, தான் வந்த பின்கதவை நோக்கி சென்றான்.

கதவை நெருங்கி அதிலிருந்த தாழ்ப்பாளை விலக்கி, மெல்ல கதவை திறந்து,

வீட்டிற்குள்ளிருந்து வெளியே வந்தான்.

அங்கு வீட்டின் கொல்லை புறத்தில் அவன் கண்ட காட்சி அவன் நெஞ்சை உறைய வைத்தது.

அங்கு வீட்டின் மதில் சுவற்றிற்கு வெளியே வீட்டை சுற்றி காற்றில் ஏராளமான ஆவிகள் கூட்டமாய் அவ்வீட்டை சூழ்ந்து கொண்டு பஞ்சமியின்
வருகையை எதிர்பார்த்து கொண்டிருந்தன.

மெல்ல திரும்பி பார்த்தான், அவனுக்கு பின் வீட்டினுள் பஞ்சமி நின்று கொண்டிருந்தாள்.

இவ்வீட்டை விட்டு வெளியேறினாலும், வெளியில் இருக்கும் ஆவிகள் தன்னை கொன்றுவிடும் என உணர்ந்தான்.

நிலைமை கைமீறி போய் விட்டதையும் உணர்ந்தான்.

வேறு வழியின்றி மந்திரித்த கயிறுகள் கட்டப்பட்ட கதவை நோக்கி நடக்க ஆரம்பித்தான்.

ஒருவழியாக வந்து சேர்ந்தான்.

அக்கயிறுகள் மீது கை வைத்துப் பார்த்தான், மிக இறுக்கமாய் முடிச்சிடப்பட்டிருந்தது.

தன் இடுப்பில் வைத்திருந்த கதிர் அறுக்கும் அருவாளை எடுத்தவன், அக்கயிற்றின் அருகே கொண்டு சென்றான்.

சில நொடிகள் கண்ணை மூடி கடவுளை வேண்டிக் கொண்டான்.

பின் மெல்ல ஒவ்வொரு கயிராய் அறுக்க ஆரம்பித்தான். அக்கயிறுகள் ஒவ்வொன்றாய் அறுபட அறுபட, அந்த வீட்டை சுற்றி உருவாக்கப்பட்டிருந்த மந்திர வளையங்கள் ஒவ்வொன்றாய் மறைய ஆரம்பித்தது.

கடைசி கயிறையும் அறுத்து முடித்தான்.

அங்கு அறுக்கப்பட்ட கயிறுகளை வீட்டை விட்டு வெளியே தூக்கி எறிந்தான்.

திடீரென மயான அமைதி நிலவியது.

அவ்வளவு தான்,

இடி இடிப்பது போன்ற பெரும் சப்தத்துடன் அக்கதவு வெடித்து சிதறி காற்றில் தூள் தூளாய் பறந்தது.

---

அந்த பெரும் சப்தத்தை தாங்க முடியாதவனாய் தூக்கியெறியப்பட்டு கீழே விழுந்தான் நிதிலன்.

விழுந்தவன் வாசல் கதவையே பார்த்துக் கொண்டிருந்தான்.

சலங்கை ஒலிகள் சிணுங்க , வீட்டிலிருந்து முழுவதுமாய் வெளியே வந்தாள் பஞ்சமி.

அவள் வெளிவந்த தருணத்தில் அவ்வீட்டிற்கு வெளியே இருந்த மரம் பாதியாய் முறிந்து பெரும் சப்தத்துடன் தரையில் சாய்ந்தது.

அம்மரத்தின் வேர் பகுதியின் ஒரு கூரிய முனை பகுதி மட்டும் வானை நோக்கி எஞ்சி நின்றது.

பஞ்சமியின் பார்வை படர ஆரம்பிக்க , சுற்றியிருந்த அனைத்து பகுதிகளும் நெருப்பாய் எரிய ஆரம்பித்தது.

சுற்றிலும் பற்றி எரிவதை பார்த்து சந்தோஷத்தில் சிரித்துக் கொண்டிருந்தாள் பஞ்சமி.

நிதிலனை நோக்கி தன் பார்வையை செலுத்தினாள்.

"நீ எனக்கு விடுதலை கொடுத்துட்ட, நா உனக்கு பதிலுக்கு எதாச்சும் செஞ்சே ஆகணுமே??"

என நிதிலனை பார்த்து பேச ஆரம்பித்தாள்.

"அதுக்கு பதிலா உனக்கும் நா விடுதலை கொடுக்கறேன். இந்த உலகத்தல நீ இருக்க வேண்டாம்"

என கூறினாள்.

"இல்ல.... என்ன எதுவும் பண்ணிடாத...."
தடுமாறி உயிர் பயத்துடன் பேசினான் நிதிலன்.

"உன்னோட அருமை இந்த ஊர் மக்களுக்கு தெரியாது, நீ இந்த வீட்டுக்குள்ள வர அப்போ உனக்கு துணையா யாராச்சும் ஒருத்தவங்க வந்தாங்களா?? இல்லையே!!"

"இந்த மக்கள் அட்டை மாதிரி, தனக்கு தேவையானது நடக்கற வரைக்கும் கூடவே ஒட்டிகிட்டு இருப்பாங்க, ஆனா தேவை முடிஞ்சதும் தூக்கி எறிஞ்சுடுவாங்க, அவங்களுக்காக போராடுனவங்க செத்துப்போனா கூட இரண்டு நாளைக்கு அப்புறம் மறந்துடுவாங்க, இது தான் இந்த மக்களோட மனநிலை, அவங்களுக்கான தலைவன் எங்கிருந்தோ எதிர்பார்ப்பாங்க, ஆனா அவங்களுக்குள்ள இருக்கற அந்த தலைமை குணத்தை புரிஞ்சுக்காம, கடைசி வரை இன்னொருத்தனுக்கு அடிமையாவே வாழ்ந்து செத்துப் போய்டுவாங்க இந்த அறிவு கெட்ட முட்டாள் ஜனங்க, இதை சொன்னாலும் புரிஞ்சுக்கிற ஞானம் அவங்களுக்கு என்னைக்கும் வராது"

"உன்னோட அருமை இந்த ஊர் மக்களுக்கு என்னைக்கும் தெரியபோறது இல்ல நிதிலா, அதனால் தான் சொல்றேன், நீ என்னோட உலகத்துக்கு வந்து, என்னோட சேர்ந்திடு நிதிலா" என சொல்லிக்கொண்டே கண்ணசைத்தாள் பஞ்சமி.

திடீரென அங்கிருந்த ஆவிகள் கூட்டம் அவனை முழுவதுமாய் சூழ்ந்து கொண்டது.

தன்னை சுற்றி நடப்பதை புரியாமல் குழம்பினான் அவன்.

அவ்வளவு தான் அங்கிருந்த ஆவிகள் நிதிலனை அப்படியே அந்தரத்திற்கு தூக்கிச் சென்றது.

தன்னை விடுமாறு கால்களை உதைத்துக் கொண்டு அந்தரத்தில் கத்தினான்.

அங்கு முறிந்த வீழ்ந்து வானை நோக்கி கூராய் நின்றிருந்த மரத்தின் வேர்ப்பகுதிக்கு சரியாய் அந்தரத்தின் மேல் நிதிலனை கொண்டு வந்து நிறுத்தின அந்த ஆவிகள்.

நடக்கப் போவதை உணர்ந்தான் நிதிலன்.

தன்னை காப்பாற்றுமாறு பஞ்சமியை நோக்கி கத்தினான்.

ஆனால் அவள் கையசைக்க,

அந்தரத்தில் அவனை பிடித்திருந்த கைகளை விடுவித்தன அந்த ஆவிகள்.

அவ்வளவு தான்,

அந்தரத்திலிருந்து பெரும் கூச்சலோடு கீழ் நோக்கி வந்தவன்,

அக்கூரிய முனையின் மேல் பொத்தென விழுந்தான்,

இரத்தம் எல்லா திசைகளிலும் பீய்ச்சி அடிக்க, அவனது முதுகை பிளந்து கொண்டு வயிற்றின் வழியே வெளி வந்து இரத்தம் சொட்ட சொட்ட வானை நோக்கி நின்றது அந்த கூரான முனை.

துடிதுடித்து இறந்தான் நிதிலன்.

.
.
.
.
.
.
.
.
.
.
.
.
.
.
.

"அம்மா..." என கத்திக் கொண்டே கண் விழித்துக் எழுந்து உட்கார்ந்தான் நிதிலன்.

சுற்றி இருள் சூழ்ந்திருந்தது.

ஒன்றும் புரியாதவனாய் அங்கிருந்த இருளை சுற்றி சுற்றி பார்த்துக் கொண்டிருந்தான்.

அவனுக்கு பழுக்கப்பட்ட இருளாய் இருந்தது.

அவனது காலில் வலி ஏற்பட, அங்கு தொட்டுப் பார்த்தவன் லேசான வீக்கத்தை உணர்ந்தான்.

நடந்ததை புரிந்து கொண்டான் .

உள்ளே வரும் போது தடுக்கி விழுந்த தான் அந்த அதிர்ச்சியில் மயக்கமுற்றதையும், இது வரை நடந்த அனைத்தும் மயக்கத்தில் தான் கண்ட 'கனவு' என புரிந்து கொண்டான்.

"அப்படினா, இன்னும் பஞ்சமி வரலயா??"
மீண்டும் பதட்டம் தொற்றிக் கொண்டது நிதிலனை.

கனவில் பஞ்சமியை கண்ட இடத்தை நோக்கி பார்வையை செலுத்தினான்.

அங்கு படிக்கட்டுகள் இருப்பது போன்ற காட்சி லேசாய் அவனுக்கு புலப்பட்டது.

மிரண்டு போனான் நிதிலன்.

இருள் சூழ்ந்த அந்த அமானுஷ்ய வீட்டின் நடுவில் தனியொரு ஆளாய் இருந்தான்.

தன்னுடைய கதை முடிந்தது என எண்ணினான்.

அவனது இயலாமையை நினைத்து, அவனது கண்கள் கலங்க ஆரம்பித்து கண்ணீர் தாரைதாரையாய் வெளியேறியது.

மீண்டும் தரையில் சோகமாய் சாய்ந்தான்.

அவனது அம்மாவின் ஞாபகம் அவனுக்கு நினைவுக்கு வர, அவங்க எவ்வளவோ சொல்லியும் பேச்சை கேட்காம உள்ள வந்துட்டோமே?

என அவனது கண்கள் கலங்கிக் கொண்டே இருந்தது.

இனி மறுபடியும் எப்போ அம்மாவ பார்க்க போறோமோ?? என ஏங்கியவனாய்,

"அம்மா...."
என சொல்லிக்கொண்டே அழ ஆரம்பித்தான்.

அவனது கண்களிலிருந்து வெளியேறிய கண்ணீர் துளிகள், அங்கு சிறிய குளம் போல தேங்கியது.

சில நிமிடங்கள் அப்படியே கடந்தது.

அதற்கு மேல் அழுவதற்கு அவனது கண்களில் கண்ணீர் இல்லாமல் வறண்டு போனது.

மெல்ல எழுந்து உட்கார்ந்தான்.

வாழ்க்கையை வெறுத்தவனாய் வெறுமையோடு உட்கார்ந்திருந்தான்.

அவனது மனம் அன்று வயலில் நடந்த சம்பவங்களை அவனுக்கு நினைவுபடுத்தியது.

வயலில் அன்று தான் ஜமீன் சொக்கனை எதிர்த்து பேசியதும், அவனுடைய அடியாளை தான் தனியொரு ஆளாய் அடித்து தூக்கி எறிந்ததும் அவனது நினைவுக்கு வந்தது.

தன்னிடமிருந்த அவ்வளவு வீரமும் எங்கு சென்றது என தன்னைதானே சுயபரிசோதனை செய்து கொண்டான்.

உடல் வலிமையை விட, மன வலிமையே சிறந்தது என்பதை முதல்முறையாய் அனுபவப் பூர்வமாக உணர்ந்தான்.

தன்னிடம் இந்த மனவலிமை இல்லாததால் தான், அங்கு சுற்றியிருந்த சூழ்நிலைகளே தன்னை இவ்வளவு நேரம் பயமுறுத்தியதை உணர்ந்தான்.

அவனது மனம் தெளிவடைந்தது.

இனி உயிரை தவிர இழக்க ஏதுமில்லை என்பதை உணர்ந்தான், இறந்தாலும் வீரனாய் இறப்பது என முடுவெடுத்தான்.

திடீரென மேல்தளத்தில் இருந்து சப்தம் வர ஆரம்பித்தது.

சலங்கையின் சப்தங்கள் அவை!

மீண்டும் இருள் சூழ்ந்த அதே மேல்தள படிக்கட்டுகளில் இருந்து, சலங்கையின் சப்தங்கள் கீழ் நோக்கி இறங்க ஆரம்பித்தது.

இம்முறை தைரியமாய் எழுந்து நின்றான்.

**அவனது புடைத்த இரண்டு கைகளும், திமிறிய மார்பும், விவேகமான செவிகள்,நிமிர்ந்த தலையும், பயமில்லா கண்கள் என மனஉறுதியோடு பல மடங்கு பலம் பொருந்திய வீரனாய் நின்றான்,**

---

சங்க கால இலக்கியங்களில் பேய்கள்/ஆவிகள்.

சிலப்பதிகாரம்:

### சதுக்க பூதம்

சதுக்கபூதம் என்பது பூம்புகார் நகரச் சதுக்கத்தில் இருந்த காவல் தெய்வமென சிலப்பதிகாரம் கூறுகிறது. பெண்களைப் பாதுகாக்கும் இப்பூதமானது, பொய் சொல்பவர்களை பிடித்துத் தின்பது, அவர்களை கம்பத்தில் கட்டி வைத்து அடிப்பது போன்ற தண்டனைகளை வழங்கும்.

*சதுக்கபூதம் சிலை*

அறம் பிறழ்வோர், கபட சாமியார், தீயோர் போன்றவர்களை கொன்றொழித்து நகரையும், மக்களையும் காக்கும் சக்திபடைத்ததாக சிலப்பதிகாரம் சதுக்கபூதம் பற்றி கூறுகிறது.

சதுக்கம் என்பது நகரின் நான்கு வீதிகள் சந்திக்கும் பகுதியாகும். இப்பூதம் சதுக்கத்தில் இருந்து பூம்புகார் நகரை காப்பதால் இப்பெயர் பெற்றது. பெண்களைப் பற்றி புறங்கூறுபவர்களை இப்பூதம் கருணையின்றி கழுத்தைத் திருகிக் கொன்றுவிடும்.

தற்போது இந்தியாவில் பெருகிவரும் பெண்களுக்கெதிரான பாலியல் வன்முறை காலகட்டத்தில், இந்த சதுக்கபூதங்கள் மீண்டும் நாட்டிற்குள் வந்தால் என்ன நிகழும் என்பதை உங்களது கற்பனைக்கே விட்டு விடுகிறேன்.....!!


**பரணர் பாடிய பேய்கள்:**

பரணர் என்னும் சங்கப் புலவர் பாடிய பாடல்களில்,

"பேய்கள் பிணம் தின்னும்",
"நடு இரவில் இயங்கும்",
"பலி கொடுத்தால் பணி செய்யும்",
"பேய்மகள் பற்றிய பிணம்" ',
'கழுது வழங்கு யாமம்",
"ஊட்டரு மரபின் அஞ்சுவரு பேய்"

என்ற கருத்துக்கள் வருவதையும் காணலாம்.

பரணர் சொல்லும் மிஞிலி கதையிலும் பேய் வருகிறது.

ஆய் எயினனுக்கும் மிஞிலிக்கும் மோதல் மூண்டது. எயினனோடு நடக்கும் போரில் எனக்கு வெற்றி தேடித் தருவையின் நினக்கு பெரும்பலி தருவேன் எனப் பாழி நகர்ப் பேயைப் பரவிப் போர்க்களம் புகுந்தான். மிஞிலி வென்றான் என்ற செய்தியைப் பரணர் பாடுகிறார்.

**திருக்குறளில் பேய்கள்.**

திருக்குறளிலும் பேய்கள் உண்டு.

*குறள் (565)*

**அருஞ்செவ்வி இன்னாமுகத்தான் பெருஞ்செல்வம்**
**பேஎய்கண் டன்னது உடைத்து.**

**பொருள்**

எளிதில் காண முடியாதவனாகவும், காணும் போது கடுமைகாட்டும் முகம்கொண்டவனாகவும் உள்ள ஒருவனின் பெருஞ் செல்வம் பேயிடம் அகப்பட்டது போன்றது.

*குறள் (650)*

உலகத்தார் உண்டென்பது இல்லென்பான் வையத்து
அலகையா வைக்கப்படும்

பொருள்

அலகை = பேய்

உலகத்தார் உண்டு என்று சொல்வதை இல்லை என்று கூறுகின்ற ஒருவன், உலகத்தில் காணப்படும் ஒரு பேயாகக் கருதி விலக்கப்படுவான்.

மேலும் **பதிற்றுப்பத்து, ஐங்குறுநூறு** போன்ற இலக்கியங்களிலும் பேய்கள் குறித்த குறிப்புகள் கிடைக்கின்றன.

-------------------------------------------------------------------------------

# அத்தியாயம் - 11

(இப்பாகத்தை படிக்கும் முன் இக்கதையின் முதல் பாகத்தின் முதல் அத்தியாயத்தை ஒருமுறை படித்து விட்டு தொடரவும்...)

திடீரென மேல்தளத்தில் இருந்து சப்தம் வர ஆரம்பித்தது.

அதே சலங்கையின் சப்தங்கள் அவை!

மீண்டும் இருள் சூழ்ந்த அதே மேல்தள படிக்கட்டுகளில் இருந்து, சலங்கையின் சப்தங்கள் கீழ் நோக்கி இறங்க ஆரம்பித்தது.

இம்முறை தைரியமாய் எழுந்து நின்றான்.

அவனது
புடைத்த இரண்டு கைகளும்,
திமிறிய மார்பும்,
விவேகமான செவிகள்,
நிமிர்ந்த தலையும்,
பயமில்லா கண்கள்

என மனஉறுதியோடு
பல மடங்கு பலம் பொருந்திய வீரனாய் நின்றான்
**"நிதிலன்"**

சப்தம் வந்த திசையையே கவனித்து கொண்டிருந்தான்.

கீழிறங்கிய அச்சப்தம் திடீரென நின்று போனது.

அவனுக்கு முன் ஒரு உருவம் நிற்பதை உணர்ந்தான்.

சில நிமிடங்கள் அமைதியில் கடந்தது.

"யார் என்னோட எதிரில் நிக்கறது???"
தைரியமாய் கேட்டான் நிதிலன்.

"பயந்துட்டியா நிதிலா?" ஆணின் குரல்...

நிதிலன் சற்றும் எதிர்பார்க்கவில்லை!!

"யார் நீங்க??" மீண்டும் கேள்வியாய் நிதிலன்.

"..............."

இம்முறை பதிலில்லை.

திடீரென எதிரில் இருந்த அந்த உருவம் தன்னுடைய
கையில் வைத்திருந்த விளக்கை ஏற்ற ஆரம்பித்தது.

அவ்விளக்கின் வெளிச்சத்தில் அங்கிருந்த ஆணின் உருவம்
தெளிவாய் தெரிந்தது.

---

அவன் நிதிலனை பார்த்து மெல்ல சிரிக்க,

அவனது கால்களில் சலங்கைகள் இருப்பதை கவனித்தான் நிதிலன்.

அவனை நோக்கி நிதிலன் அடி எடுத்து வைக்க முயல, அதற்குள் அவனது தோள்களில் ஒரு கை விழுந்தது.

சுதாரித்த நிதிலன் பின் திரும்பி பார்க்க,

நல்ல திடகாத்திரமான உடற்கட்டுடன் மேலும் ஒரு ஆண் நிதிலனுக்கு பின்னாலிருந்து வந்து அவன் முன் நின்றான்.

"இரண்டு பேரா????"
என மனதிற்குள் நினைத்து கொண்டிருக்கும் போதே நிதிலனின் வலதுபுறத்தில் இருந்து மேலும் ஒரு உருவம் நகர தொடங்கியது.

இதை உணர்ந்த நிதிலன் சடாரென தன் வலப்புறம் பார்வையை செலுத்தினான்.

மேலும் ஒரு ஆணின் உருவம் இருளில் இருந்து வெளிச்சத்திற்கு வந்து அவன் முன் நின்றது.

தன்னை சுற்றி நின்று கொண்டிருந்த அம்மூவரையும், பார்த்து கொண்டிருந்த நிதிலனுக்கு ஏதும் புரியவில்லை.

"நீங்க யாரு? இந்த வீட்டுகுள்ள என்ன பண்றீங்க?

  *பஞ்சமி*

## அத்தியாயம் - 12

மூவரில் சலங்கை அணிந்திருந்தவன் பேச ஆரம்பித்தான்.

"சொல்றோம் நிதிலா! முதல்ல உன்ன மாதிரி வீரமா நம்ம மக்கள் ஜமீனை எதிர்த்து கேள்வி கேட்டிருந்தா, நாங்க இந்த வீட்டுக்குள்ள இருந்திருக்க மாட்டோம், என்ன செய்ய? நம்ம மக்களுக்கு அவ்வளவு தைரியம் இல்லையே" என்றான்.

மேலும் தொடர்ந்தான்,

"என்னோட பேரு சந்திரன், இவங்க என்னோட நண்பர்கள் முருகன், துரை"

நிதிலனுக்கு ஆர்வம் தலைக்கேறியது,

" இந்த வீட்டுல இருக்கற பஞ்சமி உங்கள எதுவும் பண்ணலயா??"

மூவரும் சத்தமாய் சிரிக்க ஆரம்பித்தனர்.

"இந்த வீட்ல பஞ்சமி தினத்துல எரியர விளக்கு நாங்க ஏத்துரது தான் " என்றான் சந்திரன்.

அதிர்ச்சி யில் உறைந்து போனான் நிதிலன்.

"அப்போ பஞ்சமி"

"அது நாங்களே உருவாக்கின கட்டுக்கதை, இது நம்ம ஊர் பெரியவர் சதாசிவத்துக்கும் தெரியும்"

" என்ன சொல்றிங்க? பெரியவருக்கு தெரியுமா!!!" வாயடைத்து போனான் நிதிலன்.

"இந்த வீட்டுக்குள்ள ஒரு ரகசியம் இருக்கறதா பெரியவர் என்கிட்ட சொன்னாரு, அது இது தானா??" என்றான் நிதிலன்.

"ஆமா நிதிலா! இன்னொரு இரகசியமும் இங்க இருக்கு, அதை கடைசியா சொல்றோம், ஆனா இதுக்கு முன்னாடி இந்த வீட்ட பத்தி நீ தெரிஞ்சிக்க வேண்டிய விஷயங்கள் நிறைய இருக்கு" என்றான் சந்திரன்.

"உனக்கு தெரிஞ்ச கதைல, இந்த வீட்டுகுள்ள புகுந்து வீடு முழுக்க பஞ்சமியோட சாம்பல தெளிச்ச அந்த 3 பேரு நாங்க தான்" என்றான் முருகன்.

"ஆனா உங்கள ஜமீன் ஆட்கள் கொன்னுட்டதா, பெரியவர் சொன்னாறே???"

"எங்களை கொல்ல முயற்சி பண்ணது உண்மை தான், ஆனா நாங்க சாகல" என்றான் சந்திரன்.

எதுவும் புரியாமல் நிதிலன் முழிக்க,

கதையை சொல்ல ஆரம்பித்தான் சந்திரன்.

நாங்க 3 பேரும் ஜமீன் வீட்ல ரொம்ப நாளா வேலை செஞ்சிட்டு வந்தோம்.

அன்னைக்கு , பஞ்சமிய எங்களோட கண் எதிரில தான் கொன்னான் அந்த ஜமீன் வரதன்.

ஊர் மக்கள் எல்லாரும் ரொம்பவே கவலைப்பட்டாங்க,

ஒருவிதமான பயம் ஜமீன் குடும்பம் மேல இருந்ததால, எங்களாலயும் எதுவும் அன்னைக்கு செய்ய முடியல.

ஆனா, நாட்கள் நகர நகர எங்களோட மனசாட்சி எங்களை உறுத்துச்சு.

தனி ஒரு பொண்ணா மக்களுக்கு அவ பண்ண நல்ல விஷயங்கள் எங்க மனசுல ஓடுச்சு...

எங்களுக்குள்ள வெறி ரொம்பவே அதிகமாச்சு.

கடைசியாக பஞ்சமியோட சாவுக்கு ஜமீன் வரதன பழிவாங்கனும்னு நினைச்சோம்.

# அத்தியாயம் - 13

**அ**தன்படி, ஒருநாள் ஜமீன் வரதன் நிலத்தை பார்வையிட எங்களையும் கூட்டிட்டு போய் இருந்தாரு

அப்போ, யாரும் இல்லாத நேரமா பாத்து ஜமீன் வரதன, அந்த கிணத்துல தள்ளி நாங்க தான் கொன்னோம்.

அவர் கால் தடுக்கி கிணத்துல விழுந்து இறந்துட்டதா எல்லாரையும் நம்ப வச்சோம்.

ஆனா, நாங்களே எதிர்பாராத ஒரு விஷயம் நடந்துச்சு.

ஜமீன் வரதன கொன்னது, பஞ்சமியோட ஆவி தான் ஊர் மக்கள் பரவலா பேச ஆரம்பிச்சாங்க.

அதே சமயம்,
நாகலாபுரத்துல ஏற்பட்டிருந்த வறட்சி பருவமழை தொடர்ந்து தவறியதால பஞ்சமா மாறி நுற்றுக்கணக்கான மக்கள் சாக ஆரம்பிச்சாங்க.

இது எல்லாமே பஞ்சமியோட பேச்ச கேட்காம, நிலத்த ஜமீன் கிட்ட கொடுத்ததால அவளோட ஆவி இந்த ஊர் மக்களையும் , ஜமீன் குடும்பத்தையும் பழி வாங்குறதா நினைச்சாங்க.

இதை உணர்ந்த ஜமீன் குடும்பம் ரொம்பவே பயந்தாங்க, உடனடியாக மந்திரவாதிய வர வச்சு அந்த வீட்ல பூஜை பண்ண ஆரம்பிச்சாங்க.

ஆனா அந்த மந்திரவாதி ஜமீன் வரதன கொன்னது நாங்க தான்னு கண்டுபிடிச்சுட்டாரு..

எங்களை தனியா வரவழைச்சு பேசினாரு அந்த மந்திரவாதி.

நாங்க வேறவழி இல்லாம பஞ்சமி பத்தியும், நடந்த எல்லாமும் சொல்லி அவர் கிட்ட சொல்லி முறையிட்டோம்.

கொஞ்ச நேரம் அமைதியா யோசிச்சிட்டு, எங்களுக்கு உதவி பண்றதா வாக்குறுதி கொடுத்தார்.

ஆனா எங்களோட உயிர பணயம் வைக்க வேண்டியிருக்கும்னு சொன்னார்.

நாங்க எதுக்கும் தயாரா இருக்கறதா , அவர் கிட்ட சொன்னோம்.

அதன் படி , அவர் எங்ககிட்ட இரண்டு யோசனைகள் சொல்லிட்டு கிளம்பினார்.

முதலாவதா, ஜமீன் குடும்பத்துகிட்ட இருக்கற பஞ்சமி நிலங்கள திரும்ப அந்த மக்களுக்கே ஒப்படைச்சா, பஞ்சமி ஆவியோட கோபம் தணியும்னு சொன்னாரு.

ஆனா, பேராசை கொண்ட அந்த ஜமீன் குடும்பம் அது முடியாதுனு சொல்லிடாங்க.

அதுக்கு பதிலா, ஏதாவது பரிகாரம் செய்யரதா சொன்னாங்க.

இரண்டாவதா, அவர் சொன்ன விஷயம் தான் நடந்துச்சு.

அதன் படி பரிகாரமாக, புதைக்கப்பட்ட பஞ்சமியோட உடலை தோண்டி எடுத்து எரிச்சுட்டு, அந்த சாம்பலை பூஜிக்கப்பட்ட ஒரு ஜாடியில் அடைச்சி வைக்கணும்னும், இதை சரியா பண்ணா மட்டும் தான் உங்களால பஞ்சமிய கட்டுபடுத்த முடியும் னு சொன்னாரு.

இதை செய்ய ஜமீன் குடும்பம் சம்மதிச்சாங்க...

## அத்தியாயம்- 14

இந்த வேலை செய்ய மத்தவங்க தயங்கியதால, நாங்க நினைச்ச மாதிரியே எங்க மூனு பேரு கிட்டயும் இந்த வேலை வந்துச்சு.

திட்டப்படியே அந்த உடலை தோண்டி எடுத்து எரிச்சோம். பஞ்சமியோட சாம்பலை ஆளுக்கொரு பானைல அடைச்சி எடுத்துக் கிட்டு, அன்னைக்கு இரவே ஜமீன் வீட்டுக்குள்ள புகுந்து அந்த வீடு முழுக்க பஞ்சமியோட சாம்பலை ஆளுக்கொரு புறமாக தெளிச்சிட்டு தலைமறைவாகிட்டோம்.

பயந்து போன ஜமீன் குடும்பம் அன்னைக்கு இரவே ஊரை விட்டு வெளியேறினாங்க.

மறுநாளே ஜமீன் ஆட்கள் எங்களை கண்டுபிடிச்சு, எங்களை பலமா தாக்கி பக்கத்துல இருந்த ஆத்துல தூக்கி எறிஞ்சுட்டு போய்ட்டாங்க.

உயிர் போகும் நிலைமைல இருந்த எங்கள பெரியவர் சதாசிவம் அய்யாவும் , அவரோட குடும்பமும் தான் காப்பாத்தினாங்க.

நினைவு வந்ததும்,

அவர்கிட்ட நடந்த எல்லா விஷயங்களையும் சொன்னோம்.

இன்னொரு பக்கம்,

அந்த மந்திரவாதி எங்களுக்கு தந்த வாக்குப்படி நடந்துகிட்டாரு.

"பஞ்சமியோட சாம்பல் இந்த வீடு முழுக்க பரவிட்டால எதுவும் பண்ண முடியாதுனு சொல்லி , அந்த வீட்டை பூட்டியே வைக்கிறது தான் நல்லதுனு ஜமீன் குடும்பத்தை நம்ப வச்சாரு.

அதன்படி, அந்த ஜமீன் வீட்டோட எல்லா கதவுகளும் பூட்டப்பட்டு, அதுல அவர் மந்திரிச்ச கயிறுகள் கட்டப்பட்டது.

ஜமீன் குடும்பம் நாகாலாபுரத்துக்கு வெளிய வசிக்க ஆரம்பிச்சாங்க.

நாங்க நினைச்சது நடந்துசுன்னு சந்தோஷப்பட்டோம்.

ஆனா அந்த சந்தோஷம் ரொம்ப நாள் நீடிக்கல.

ஜமீன் குடும்பம் அந்த வீட்டை எப்படியாவது மறுபடியும் மீட்கனும்னு ஆசைபட்டாங்க. அதனால வேற ஒரு

மந்திரவாதிய வரவைக்க முடிவு பண்ணியிருக்கறதா எங்களுக்கு தகவல் வந்துச்சு.

நாங்க பட்ட கஷ்டம் வீணா போய்டுமோனு பதறினோம்.

<h1 style="text-align:center">அத்தியாயம் -15</h1>

*அ*ப்போ தான் அந்த வீட்டுக்குள்ள இருக்கற முக்கியமான இரகசியத்தை பெரியவர் சதாசிவம் எங்களுக்கு சொன்னாரு.

அது, அந்த வீட்டுக்குள்ள இருக்கற **"சுரங்கப்பாதை "**

எங்களுக்கே வியப்பா இருந்துச்சு.

ஆனா அதுதான் உண்மை!

சதாசிவம் அய்யாவோட குடும்பம் இந்த ஊர்ல பரம்பரை பரம்பரையாக வாழ்ந்துட்டு வர குடும்பம்.

அவங்களுக்கு தான் இந்த நாகலாபுரம் பற்றிய எல்லா விஷயங்களும் தெரியும்.

அந்த வீடு சோழர்கள் காலத்துல கட்டப்பட்ட வீடு. அந்த காலத்துல நாகலாபுரம் சுற்றி பச்சை பசேல்னு விவசாய பூமியா இருந்ததால சோழ மன்னர்கள் ஓய்வெடுக்கரத்துக்காக இந்த வீடு கட்டப்பட்டது.

சோழ அரசர்கள் தஞ்சாவூரிலிருந்து , எப்போது வேண்டுமானாலும் நாகலாபுரத்துக்கு வருவதால் இந்த வீடு கட்டப்பட்டது.

இங்கு மன்னர்கள் தங்கியிருக்கும் கால கட்டத்தில் எதிரி நாட்டு படைகள் சுற்றி வளைத்து விட்டால், அவர்கள் பாதுகாப்பாக வெளியேறுவதற்காக அவ்வீடு கட்டப்படும் போதே அதனடியில் சுரங்கப்பாதையும் மிக இரகசியமாய் உருவாக்கப்பட்டது.

அதன்படி இந்த சுரங்கப்பாதை இவ்வீட்டில் இருந்து இரண்டு இடங்களை இணைத்தது.

முதல் பாதை தஞ்சாவூரில் இருக்கும் கோட்டையோடும், இரண்டாவது பாதை நாகாலாபுரத்திற்கு வெளியே இருக்கும் காட்டு பகுதியையும் இணைத்தபடி உருவாக்கப்பட்டது.

இதை உருவாக்கும் பணியில் சதாசிவம் அய்யாவோட முன்னோர்கள் வேலை பார்த்து இருக்காங்க.

அவங்க இந்த இரகசியத்தை அவங்களோட அடுத்த தலைமுறைக்கு மட்டும் சொல்லி வந்திருக்காங்க.

இந்த இரகசியம் அந்த வீட்ல நூறு வருஷத்துக்கு மேல வசிச்சுட்டு வர அந்த ஜமீன் பரம்பரைக்கே தெரியாம பாத்துகிட்டாங்க இந்த குடும்பம்.

இந்த இரகசியத்தை எங்க கிட்ட சொல்லி, இன்னொரு யோசனையும் சொன்னார் பெரியவர் சதாசிவம்.

# அத்தியாயம் - 16

இன்னமும் மக்கள் பஞ்சமியோட ஆவி எல்லாரையும் பழி வாங்குறதா நம்பறாங்க, நாம இதை உண்மமையாக்குவோம்.

பூட்டியிருக்கற அந்த வீடு அமைதியா இருக்குறதால தான், ஜமீன் குடும்பம் அதை திறக்க யோசிக்கிறாங்க.

அந்த வீட்டுகுள்ள பஞ்சமி இருக்கறத இன்னமும் அழுத்தமா நம்ப வச்சுட்டா, அந்த வீட்டு பக்கத்துல கூட ஜமீன் குடும்பம் போகாது.

அவரே அதுக்கான வழியையும் சொன்னார்.

மாசத்துல 15 நாளுக்கு ஒருமுறை பஞ்சமி தினம் வருது. அமாவாசைல இருந்து 5 - வது தினமும், பௌர்ணமி ல இருந்து 5 - வது தினமும் பஞ்சமி தினங்கள் தான். நம்ம பஞ்சமி பொறந்ததும், இறந்ததும் இதே பஞ்சமி தினங்கள்ல தான்.

நீங்க அதே பஞ்சமி தினத்துல அந்த சுரங்கபாதை வழியா அந்த வீட்டுக்குள்ள போய் அந்த வீட்டோட மேல் தளத்துல இருக்கற அறைல ,இருட்டினதுக்கு அப்புறம் விளக்கு ஏத்தினா, அந்த விளக்கோட வெளிச்சம் இந்த நாகலாபுரம் முழுக்க தெரியும் .

"விளக்கு எரியறது பஞ்சமி தினம் என்பதால் அது பஞ்சமியோட வேலை தான்னு இந்த ஜமீன் குடும்பமும் , ஊர் மக்களும் ரொம்ப சுலபமா நம்பிடுவாங்க. அதுக்கப்புறம் ஜமீன் குடும்பம் இந்த ஊருக்குள்ள வர கண்டிப்பா பயப்படுவாங்க"

"இதுக்காக நீங்க அந்த வீட்டுக்குள்ள போக நாகாலாபுரத்துக்கு வெளிய காட்டு பகுதியில தொடங்கற அந்த சுரங்கபாதைய பயன்படுத்திகோங்கனு சொன்னாரு சதாசிவம் அய்யா.

ஜமீன் குடும்பத்தோட அராஜகத்தை அடக்க இதை விட ஒரு நல்ல வழி இருக்காதுனு தோணுச்சு.

அந்த சுரங்கபாதைய சரி செஞ்சிட்டு, முதல் முறையா அந்த பாதை வழியா வீட்டுக்குள்ள போய் மேல இருக்கற அந்த அறைல விளக்க ஏத்தினோம்.

இந்த ஊர் மொத்தமும் பயந்தது.

ஜமீன் குடும்பம் அரண்டே போச்சு.

அதுக்கப்புறம் ஜமீன் குடும்பம் சாதாரண தினத்துல கூட 6 மணிக்கு மேல இந்த நாகலாபுரத்துல தங்கரது இல்ல.

இந்த ஊர் மக்களுக்கு ஜமீன் குடும்பத்துகிட்ட இருந்து விடிவு காலம் வர்ற வரைக்கும் இதை தொடர்ந்து செய்யனும்னு முடிவு பண்ணி பத்து வருஷத்துக்கும் மேலா இந்த சுரங்கப்பாதை வழியா வந்து நாங்க தான் இங்க விளக்கு ஏத்திகிட்டு இருக்கோம்.

என்று சொல்லி முடித்தான் சந்திரன்.

மிரட்சியாய் அவர்களையே பார்த்துக் கொண்டிருந்தான் நிதிலன்.

"ஆனா ஒருநாள், நா அந்த கிணத்துல இருக்கறப்போ, யாரோ இருக்கரத உணர முடிஞ்சுதே????
என்றான் நிதிலன்.

லேசான சிரிப்புடன் பேச ஆரம்பித்தான் சந்திரன்.

" பொதுவாக சுரங்கபாதைகள் ஒரு குறிப்பிட்ட ஆழம் வரைக்கும் தான் அமைஞ்சிருக்கும். ஆனா கிணறுகள் அப்படி இல்ல அதனோட ஆழம் ரொம்பவே அதிகம். இந்த சுரங்கப்பாதை வழி அந்த கிணற்றை ஒட்டி தான் இந்த வீட்டோட இணைஞ்சுருக்கு. அன்னைக்கு நாங்க இந்த சுரங்கப்பாதை வழியா வந்தத நீ உணர்ந்திருக்க அவ்ளோதான்" என்றான் சந்திரன்.

நிதிலனுக்கு எல்லா விஷயமும் தெளிவாய் புரிந்தது. அமைதியாய் எல்லா சம்பவங்களையும் மனதில் ஒருமுறை நினைத்து பார்த்தான்.

"நிதிலா இந்த இரகசியங்கள் எப்பவும் உன்னோட தான் இருக்கனும். நம்ம மக்களுக்கு இந்த பஞ்சமி நிலங்கள்

கிடைக்கிற வரைக்கும் நாங்க இதை தொடர்ந்து கிட்டே தான் இருப்போம்' என்றான் சந்திரன்.

"வா நிதிலா அந்த விளக்கு எரியற அறைக்கு போவோம்" என சொல்லிவிட்டு அப்படிகட்டுகளில் நடக்க ஆரம்பித்தான் சந்திரன்.

பின் தொடர்ந்து நடக்க ஆரம்பித்தான் நிதிலன்.

அந்த அறைக்குள் நுழைந்தனர்.

அங்கு மேஜையின் மேல் நாகலாபுரத்தை மிரட்டி கொண்டிருந்த விளக்கு எரிந்து கொண்டிருந்தது.

"இதுதான் இந்த வீட்டோட இரகசியம் நிதிலா " என்றான் முருகன்.

அங்கு சுவற்றில் மாட்டப்பட்டிருந்த இறந்து போன வரதனின் கைத்தடி நிதிலன் கண்ணில் பட்டது.

அதனருகே சென்று மெல்ல தொட்டு பார்த்தான்.

அதை கையில் எடுத்து கொண்டான்.

"நிதிலா நீ வந்த வேலை முடிஞ்சுது, இனி விடிஞ்சதும் நீ இங்க இருந்து போய்டலாம்." என்றான் சந்திரன்.

இவ்வீட்டின் ஒட்டுமொத்த இரகசியத்தையும் தெரிந்துகொண்ட நிதிலனுக்கு , தன் மீதி வாழ்க்கையின் அர்த்தத்தையும் உணர்ந்தான்.

அவர்களுடைய உரையாடல் இரவு முழுக்க நீடித்தது.

மெல்ல விடிய ஆரம்பித்தது.

"நிதிலா, நாங்க புறப்பட வேண்டிய நேரம் வந்தாச்சு " என சொல்லிவிட்டு எறிந்து கொண்டிருந்த பஞ்சமி விளக்கை அணைத்தான் சந்திரன்.

" இனி நாம எப்போ சந்திப்போம்னு தெரியல, விதியிருந்தா சந்திப்போம், நம்ம மக்களுக்கு எதுவும் தெரியாது அவங்க அறியாமைல இருக்காங்க, அவங்களுக்கு உண்மை புரிஞ்சா கண்டிப்பாக விட்டு கொடுக்க மாட்டாங்க. நீ உனக்கு கிடைக்க போற நிலத்தை வச்சி இங்க இருக்கற மக்களோட வாழ்க்கையை மாத்த முயற்சி பண்ணு, நாங்க பத்து வருஷமா பட்ட கஷ்டத்தோட பலன் உன் மூலமா இப்போ பார்க்க போறோம், உன்னோட இந்த வெற்றி நம்ம மக்கள நிறையவே யோசிக்க வைக்கும்"
என்றான் சந்திரன்.

மூவரும் நிதிலனை கட்டியணைத்தனர்.

பின் அங்கிருக்கும் சுரங்கபாதை வாயிலுக்கு வந்தடைந்தனர்.

மூவரும் விடைபெற்றுக் கொண்டு சுரங்கப்பாதை வழியே அவ்வீட்டை விட்டு வெளியேறினர்.

# அத்தியாயம் - 17

கதிரவனின் கதிர்கள் மெல்ல அவ்வீட்டினுள் பரவ ஆரம்பித்தது.

தன் கையில் இருந்த கைத்தடியை பார்த்த நிதிலனுக்கு அந்த விடியல் புதியதாய் இருந்தது.

அந்த வீட்டிலிருந்து வெளியேற பின் கதவை நோக்கி சென்றடைந்தான்.

அக்கதவை திறக்கும் முன் கடவுளை ஒருமுறை வேண்டிக்கொண்டான் .

பின்பு அக்கதவை திறந்து வெளிவந்தவன் மறக்காமல் மீண்டும் அக்கதவின் வெளிப்புறத்தை பூட்டினான்.

மெல்ல வீட்டிலிருந்து வெளியே வந்தான்.

சுதந்திர காற்று மெல்ல அவனது முகத்தில் தென்றலாய் தொட்டுச் சென்றது.

அவன் மனதிலிருந்த பெரும் பாரம் இறங்கியிருந்தது.

அவ்வீட்டின் பின்புற மதில் சுவரை தாண்டி வெளியே குதித்தான் நிதிலன்.

தனது உடைகளை சரி செய்து கொண்டே சுற்றிலும் பார்த்தவன்,

பின்னர் நடக்க ஆரம்பித்தான்.

சற்று தூரத்தில்,

ஒரு மரம் இரண்டாய் முறிந்து விழுந்து கிடப்பதை கவனித்தான்.

லேசான தயக்கத்துடன் அதைநோக்கி நடக்க ஆரம்பித்தான்.

அவ்விடத்தை நெருங்க நெருங்க அவனுக்கு மனதில் பொறி தட்டியது.

தான் கனவில் கண்ட அதே மரம் அச்சு அசலாக அதே கோணத்தில் முறிந்து வீழ்ந்து கிடந்தது.

அவனது காலின் வேகம் மெல்ல மெல்ல குறைய ஆரம்பித்தது.

அதிர்ச்சியோடு அம்மரக்கிளையை நெருங்கினான்.

அங்கு அவன் கண்ட காட்சி

அவனது நெஞ்சை உறைய வைத்தது.

அங்கு வானை நோக்கி நின்று கொண்டிருந்த அம்மரத்தின் எஞ்சிய கூரான முனையில் இரத்தம் வழிந்து கொண்டிருந்தது.

ஆம்! அக்கூரான முனையின் அடிப்பகுதியில் வயிறு இரண்டாய் கிழிந்த நிலையில் ஒரு சடலம் கிடந்தது.

தூக்கிப் போட்டது நிதிலனுக்கு!!

தான் கனவில் கண்ட காட்சி எப்படி நிஜத்தில் நடக்க முடியும் என யோசித்தவனுக்கு விவரம் புரிய ஆரம்பித்தது.

திடீரென அவனுக்கு வியர்த்து கொட்ட ஆரம்பித்தது.

சற்று நெருங்கி அந்த சடலத்தின் முகத்தை எட்டி பார்த்தவன்,

அதிர்ந்து போனான்!!

ஆம்! ஜமீன் சொக்கன் உடல் அந்த கூரான மரத்தால் இரண்டாய் கிழிக்கப்பட்ட நிலையில் அதன் அடியில் இறந்து கிடந்தான்.

தன் தலையை பேரதிர்ச்சியோடு மெல்ல அவ்வீட்டின் பக்கம் திருப்பினான் அவன்.

நிதிலன் கனவில் திறந்த அவ்வீட்டின் பின்புற கதவு, நிஜத்திலும் முழுவதுமாய் திறக்கப்பட்டிருந்தது.

வீட்டின் மேல்புறம் ஒரு உருவம் தெரிவதை போல் உணர்ந்தவன்,

பதட்டத்துடன் மெல்ல தன் தலையை தூக்கி அவ்வீட்டின் மேல்தள அறையை பார்த்தான்,

அங்கு,

அவ்வீட்டின் மேல்தள அறையின் ஜன்னலோரத்தில்,

தலைமுடிகள் காற்றில் பறக்க,

நிதிலனை பார்த்து சிரித்துக் கொண்டிருந்தாள்,

## "பஞ்சமி"

### தொடரும்......